अध्याय ३-४

सरश्री

गीता यज्ञ

कर्मफळ आणि सफळ फळ रहस्य

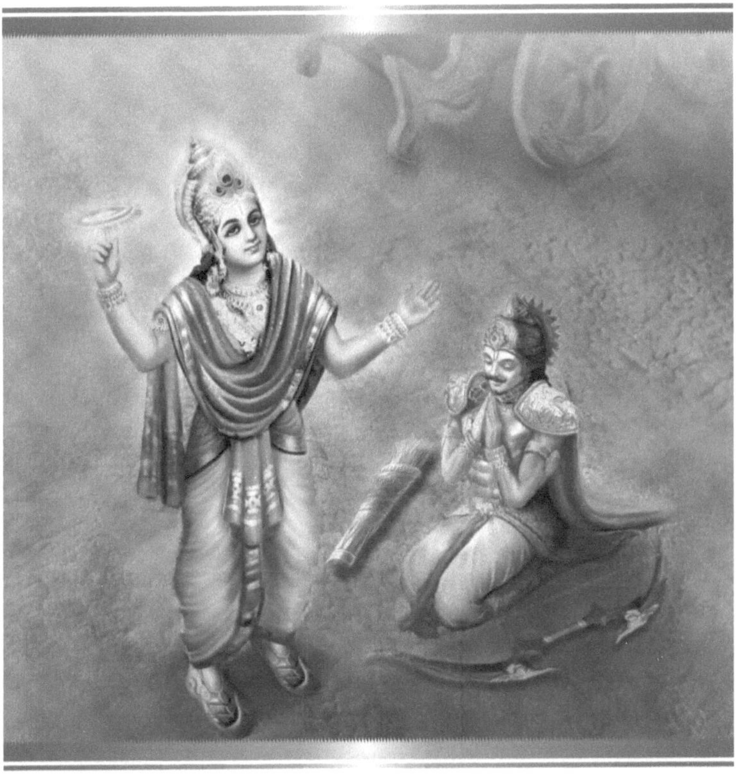

खेळण्यासाठी जिंका, जिंकण्यासाठी खेळू नका.

गीता यज्ञ
कर्मफळ आणि सफळ फळ रहस्य

Gita Yadnya
Karmaphal Aani Saphal Phal Rahasya

By **Sirshree** Tejparkhi

प्रकाशक : वॉव पब्लिशिंग्ज् प्रा. लि., पुणे

प्रथम आवृत्ती : जानेवारी २०१९
ISBN : 9789387696594

© Tejgyan Global Foundation

All Rights Reserved 2019.
Tejgyan Global Foundation is a charitable organization
having its headquarters in Pune, India.

सर्वाधिकार सुरक्षित

'वॉव पब्लिशिंग्ज् प्रा. लि.' द्वारे प्रकाशित हे पुस्तक अशा अटीवर विकण्यात येत आहे, की प्रकाशकाच्या लेखी पूर्वअनुमतीविना ते व्यापाराच्या दृष्टीने अथवा अन्य प्रकारे उसने, भाड्याने अथवा विकत, अन्य कोणत्याही प्रकारच्या बांधणीत अथवा अन्य मुखपृष्ठासह देता येणार नाही; तसेच अशाच प्रकारच्या अटी नंतरच्या ग्राहकावर बंधनकारक न करता आणि वर उल्लेखिलेल्या कॉपीराइटपुरत्या मर्यादित न ठेवता या पुस्तकाच्या कोणत्याही स्वरूपाच्या विनिमयास, तसेच कॉपीराइटधारक व वर उल्लेखिलेले प्रकाशक दोघांच्याही लेखी पूर्वअनुमतीविना इलेक्ट्रॉनिक, मेकॅनिकल, फोटोकॉपी, रेकॉर्डिंग इत्यादी प्रकारे या पुस्तकाचा कोणताही अंश पुनःप्रस्तुत करण्यास, जवळ बाळगण्यास अथवा सुधारित स्वरूपात प्रस्तुत करण्यास मनाई आहे.

'गीता यज्ञ' या मूळ हिंदी पुस्तकाचा मराठी अनुवाद

हे पुस्तक समर्पित आहे
त्या मानवी मनाला
जे आयुष्याच्या संघर्षमय धावपळीत
खूपच व्यग्र आहे
परंतु तरीही त्याच्यात
मायेतून मुक्त होण्याची आणि
ईश्वरप्राप्तीची तृष्णा आहे...

ईश्वरावरील दृढ विश्वासाची जोपासना, हीच खरी उपासना

गीतायज्ञाचं मुक्तिसूत्र

प्रस्तावना

एकेकाळची गोष्ट आहे, सृष्टीचे रचियते, विश्वाचे निर्माते ब्रह्मदेवांकडे देव-देवता, दानव-मानव, ऋषिगण सारे एकत्र जमले. सर्वांना त्यांच्याकडून आपापल्या मुक्तीचा मार्ग जाणून घेण्याची इच्छा होती. त्या सर्वांनी विविध यज्ञ आणि कठोर तपश्चर्या केली. त्यांच्या यज्ञाने प्रसन्न झाल्याने ब्रह्मदेव प्रकटले आणि त्यांनी विचारलं, 'काय हवंय आपल्याला?' यावर सर्वांनी एकच गोष्ट मागितली, 'आम्हाला आपल्याकडून असं मार्गदर्शन मिळावं, ज्याद्वारे आम्हाला मुक्ती मिळू शकेल.' यावर ब्रह्मदेवांनी त्यांना एकच अक्षर सांगितलं- 'द'. ते म्हणाले, ''या एका अक्षरातच आपणा सर्वांच्या मुक्तीसाठीचं सूत्र दडलेलं आहे. या 'द' अक्षरावर मनन करा आणि पुन्हा परत येऊन मला सांगा, की अखेर ते मुक्तीचं सूत्र नेमकं काय आहे?''

सर्वांनी आपापल्या तऱ्हेने 'द' या अक्षरावर मनन केलं आणि आपापल्या पद्धतीने स्वतःसाठीचं सूत्र शोधून काढलं. ते जेव्हा पुन्हा ब्रह्मदेवांकडे गेले, तेव्हा ब्रह्मदेवांनी प्रथम देवदेवतांना विचारलं, ''सांगा, 'द' या अक्षरापासून आपणास काय अर्थबोध झाला, त्यातून आपण कोणतं सूत्र शोधून काढलंत?'' यावर देवतांनी सांगितलं, ''आम्हाला 'द' या अक्षरापासून जे सूत्र समजलं, ते आहे दमन. आम्ही इंद्रिय-दमन करायला हवं, तेव्हाच आम्हाला मुक्ती मिळू शकेल.''

देवता या स्वभावतःच भोगी असल्याचं म्हटलं जातं. ते नेहमीच इंद्रियसुखाची लालसा पूर्ण करण्यामागे लागलेले असतात. तीच त्यांची कमकुवत बाब (वीक पॉइंट) असल्याने, त्यांच्या हे सूत्र लक्षात आलं, की मुक्ती मिळवायची असेल, तर निग्रहाने इंद्रिय-दमन करावंच लागेल. हे ऐकून विश्वविधाता ब्रह्मदेवांनी देवतांना म्हटलं, ''अगदी योग्य सूत्र आपल्या लक्षात आलं आहे.''

त्यानंतर ब्रह्मदेवांनी दानवांना विचारलं तेव्हा त्यांनी सांगितलं, ''आम्हाला 'द' या अक्षरावरून 'दया' हे सूत्र मिळालं. आपण भूतदया दाखवायला हवी, तरच आपल्याला मुक्ती मिळू शकेल, हे आमच्या लक्षात आलं.'' दानव हे स्वभावतःच शीघ्रकोपी, अत्याचारी होते, त्यामुळे दयाभावातच त्यांची मुक्ती दडलेली होती.

याचप्रकारे लोभी मानवाने 'द'वरून 'दान' हे सूत्र पकडलं. दान केल्यानेच मी मुक्त होऊ शकेन, हे त्याच्या लक्षात आलं. ऋषिगणांनी मनन करून 'द'वरून 'धर्म' या सूत्राचा स्वीकार केला. 'ईश्वरावरील दृढ विश्वासाची जोपासना, हीच खरी उपासना, कर्तव्यपालन आणि ईश्वरावर श्रद्धा' म्हणजेच 'स्वधर्मात राहून सत्याचं पालन, सत्याचा अनुनय करत राहणं.'

अशाप्रकारे ब्रह्मदेवांनी तर मनन करण्यासाठी सर्वांना एकच अक्षर दिलं होतं; पण प्रत्येकाने त्यातून वेगवेगळं सूत्र शोधून काढलं, हे तर आपल्या लक्षात आलंच असेल. आपापल्या आकलनशक्तीनुसार (चेतना, समजेनुसार) ज्याला

जे गवसलं, तेच खरंतर त्याच्या उपयोगाचं होतं, तेच त्याच्या मुक्तीचं सूत्र होतं.

श्रीमद्भगवद्गीता हा ग्रंथही असाच आहे. पूर्ण प्रामाणिकपणे त्यावर चिंतन-मनन केल्यास आपणास जी ज्ञानप्राप्ती होईल, तीच खरंतर आपली गीता असेल. अशाप्रकारे प्रत्येक मनुष्याने आपापल्या गीतेचं मंथन करून, ते ज्ञानामृत प्राशन करायला हवं आणि परिपूर्णपणे हे आयुष्य जगायला हवं.

आपली ही गीताच आपल्याला मुक्तिमार्गावर घेऊन जाऊ शकते. आपल्याला आनंद, शांती आणि प्रेमाने ओतप्रोत भरू शकते. याचबरोबर गीतेत सांगितलं गेलेलं कर्मफल समजून घेऊन, त्याचा अवलंब करून आपण आपल्या जीवनाला यज्ञरूप करू शकण्याचं सफल फल प्राप्त करू शकतो.

याला अशाप्रकारे समजून घेता येऊ शकतं. जसं - एखाद्या मोठ्या पातेल्यात दही आहे. हे दही म्हणजेच भगवद्गीता आहे. या दह्याला मननरूपी घुसळणीने घुसळून आपल्याला आपल्यासाठी नवनीत म्हणजे लोणी काढायचं आहे आणि ते वितळवून म्हणजेच आत्मसात करून शुद्ध तूप, 'घी'त्व प्राप्त करायचं आहे. त्याच 'घी'त्वात म्हणजे गीतातत्त्वात इतकी पोषकता आहे, इतकी शक्ती आहे, की जी आपले भाव, विचार, वाणी आणि क्रियेत योग सामावून आपल्या आयुष्याला एक यज्ञकुंड बनवेल आणि या जगातील संघर्षात आपल्याला जीतेंद्रिय बनवेल.

आता जरा महाभारताच्या युद्धावर एका वेगळ्या दृष्टिकोनातून मनन करू या. युद्धात एका बाजूला अर्जुन आहे, तर दुसऱ्या बाजूला आहे कुरू (कौरवांची) सेना. अर्जुन श्रीकृष्णास म्हणतो, 'समोरच्या पक्षात माझे सगे-सोयरे आहेत, शिक्षक आहेत, गुरुजन आहेत, त्यांच्याशी मी कसं काय युद्ध करू... आपल्याच लोकांवर मी कसा प्रहार करू...?' खरंतर हे अर्जुनाचे बाहेरचे नव्हेत, तर ते त्याच्या अंतरंगातीलच नातेवाईक आहेत, जे त्याच्यासमोर उभे ठाकले आहेत. त्या अंतरंगातील नातेवाइकांनाच बाह्यस्वरूप देऊन युद्धपातळीवर समोर उभं केलं गेलं आहे.

आता जरा विचार करून पाहा, की आपल्या अंतरंगातील नातेवाईक कोण आहेत? हे नातेवाईक आहेत, आपल्या इच्छा-आकांक्षा, ज्या वारंवार उद्भवत असतात. हे नातेवाईक आहेत आपले विचार, जे वेळोवेळी येऊन ठाण मांडून बसतात. आपल्या हे लक्षात येत असेल, की प्रत्येक दिवशी आपल्या मनात काही न् काही असे विचार येतात, जे आपल्याला त्रस्त करत असतात. जेव्हा कधी असं होऊ लागेल, तेव्हा लगेच लक्षात घ्या, की हे आपले नातेवाईक आहेत. एखादी इच्छा वारंवार उद्भवत असेल, इंद्रियं वेळोवेळी सांगत असतील, 'हे खा, भरपूर आस्वाद घे, हे बघ, हे ऐक... हे कुठे मिळेल, ते कुठे सापडेल,' तर अशावेळी हे लक्षात घ्या, की हे आपले नातेवाईक आहेत. अर्जुनानेही याच नातेवाइकांचं उगमस्थान, म्हणजेच आपलं मन, यालाच गुरू बनवलेलं आहे. श्रीकृष्ण सांगत आहेत, 'या गुरूलासुद्धा संपवून टाक, तरच तुझा विजय होईल.' म्हणजेच आपल्या अंतरंगात अहंभावाचा जो जप चालला आहे, आपल्या इच्छा, वृत्ती, विकार, निरर्थक विचार, हीच कौरव सेना आहे. यांच्याशीच आपल्याला युद्ध करायचं आहे. श्रीकृष्ण (सत्य) आपल्याला गीता देऊन या लढाईसाठी सज्ज करत आहेत.

गीतेचा पहिला भाग 'प्रारंभ गीता'मध्ये आपण गीतेच्या दोन अध्यायांचं अध्ययन केलं. पहिला अध्याय होता 'अर्जुन विषादयोग' ज्यात आपण अर्जुनासमोर उभ्या ठाकलेल्या समस्यांना जाणून घेतलं. विषाद याचा अर्थ आहे - दुःख. अर्जुन दुःखी होता, व्यथित होता. त्याच्या या दुःखानेच त्याचा सत्याशी योग जुळवून आणला आणि त्याला मायेतून पार केलं. विषाद मनुष्याचं पतन घडवू शकतो. म्हणूनच आपल्याला आपल्यातील विषादाला ईश्वराशी एकरूप करायला हवं, योगाशी जोडायला हवं, त्याला विषादयोग बनवायला हवं. आयुष्यात कोणतं दुःख आलं, नैराश्य दाटलं, तर ते आपल्या पतनास नव्हे, तर सर्वोच्च विकासास कारणीभूत ठरायला हवं.

जसं - भगवान बुद्धांमधील नैराश्य योग बनलं, ते त्यांना स्वबोध, आत्मबोधापर्यंत घेऊन गेलं. म्हणून आयुष्यात जेव्हा कधी दुःख होईल,

नैराश्य वाट्याला येईल, तेव्हा आनंदी होऊन स्वतःला सांगा, 'हे दुःख... हे नैराश्य... हा त्रास... ही समस्या मला मुक्त करण्यासाठीच आली आहे.' ही मुक्ती आपल्याला आपली गीता प्राप्त करूनच मिळवायची आहे. खरंतर गीता 'सांख्ययोग' या दुसऱ्या अध्यायातच संपून जाते; परंतु अर्जुनाकडून भरपूर मनन व्हायला हवं आणि तो स्वीकृतीच्या, 'हो'काराच्या अवस्थेप्रत यायला हवा म्हणूनच श्रीकृष्ण गीतेचं अठराव्या अध्यायापर्यंत विवेचन करत राहिले.

आपण मनन करावं, आपली समज प्रगल्भ व्हावी यासाठी या पुस्तकात गीतेचे पुढील दोन अध्याय - 'कर्मयोग' आणि 'ज्ञानकर्मसंन्यासयोग' त्यांच्यातील समज आणि गूढार्थासहित आपल्यासमोर प्रस्तुत केले आहेत.

मानवी इच्छा-आकांक्षा आणि त्याची कर्मं, याच दोन सुकाणूंमुळे त्याच्या जीवनाची नौका भवसागरावरून सातत्याने अग्रेसर होत आहे. याविषयी तिसऱ्या अध्यायात सविस्तर विवेचन केलं आहे.

तिसरा अध्याय - कर्मयोग - हा आपल्याला कर्माचं ते महान रहस्य उलगडून दाखवतो, जे जाणून आपली जीवननौका आपल्या अंतिम लक्ष्यापर्यंत, स्वबोधापर्यंत सहजतेने मजल मारू शकते. कर्म म्हणजे काय, कर्म कसं करायला हवं, आपली मूळ शरीरप्रकृती आपल्या कर्मांना कसं प्रभावित करत असते, या सृष्टिचक्रात सर्वकाही आपोआप, सुरळीतपणे कसं सुरू आहे, पाप-पुण्य म्हणजे काय... देवता कोण आहेत, मानवाचा त्यांच्याशी काय संबंध आहे... इत्यादी सर्वच गूढ रहस्यांचा उलगडा आपल्याला अध्याय तीन - कर्मयोग याद्वारे होऊ शकतो.

अर्जुनाला कर्मयोगासाठी प्रवृत्त करण्याची श्रीकृष्णांची इच्छा होती. तरीदेखील त्यांनी अर्जुनाला कर्मयोग समजावून सांगण्याआधी सांख्ययोगाचं ज्ञान दिलं. या मागेदेखील एक कारण आहे. एखादी बाब समजण्यासाठी मनुष्यामध्ये ती समजण्याची क्षमतादेखील असावी लागते. जसं- एक विद्यार्थी गणितातील गुणाकार-भागाकार तेव्हाच समजू शकेल, जेव्हा त्याला बेरीज

आणि वजाबाकी करता येत असेल. अशाच प्रकारे सांख्ययोगाची समज प्राप्त केल्यानंतरच ज्ञानयुक्त, निष्काम कर्म घडू शकतं. आत्मज्ञानाच्या आधारावर झालेलं कर्म बंधन निर्माण करत नाही. यासाठीच श्रीकृष्णांनी अर्जुनाला प्रारंभी सांख्ययोग प्रदान केला, जेणेकरून अर्जुन कर्मयोग आचरणात आणू शकेल.

चौथा अध्याय - 'ज्ञानकर्मसंन्यासयोग' यात कर्मयोगाच्या सफल फलप्राप्तीच्या रहस्यावर विशेष प्रकाशझोत टाकण्यात आला आहे. यात 'ईश्वर-भक्ती'ची योग्य समज करून देण्यात आलेली आहे, जी आपल्याला सकाम भक्तीकडून निष्काम भक्तीकडे घेऊन जाईल. याशिवाय योग म्हणजे नेमकं काय, जगात कोणकोणत्या तऱ्हेचे योगी आहेत, कोणता योगी श्रेष्ठ असतो, आयुष्यात गुरूंचं महत्त्व काय आहे... अशा सर्व सखोल चिंतनीय विषयांबाबत आपण या विभागात जाणून घेऊ शकाल.

'ईश्वरावरील दृढ विश्वासाची जोपासना, हीच खरी उपासना (अपने आप परेसा ईश्वर पर भरोसा),' हेच खरंतर निष्काम कर्मयोगाचं योग्य असं मूळ सूत्र आहे. 'गीता यज्ञा'तील श्लोकांचं मर्म समजून घेऊन, त्यावर भरपूर मनन-चिंतन व्हायला हवं. कदाचित असंही होऊ शकतं, की आपल्या मूळ प्रश्नांचं उत्तर (आपल्या गीतेचं सूत्र) याच अध्यायांत दडलेलं असेल. आपल्याला आपल्या मुक्तीची युक्ती, गुरुकिल्ली याच अध्यायांत मिळू शकेल... याच शुभेच्छांसह हा ग्रंथ आपल्या सेवेशी तत्पर आहे.

...सरश्री

अध्याय ३
कर्मयोग
कायमस्वरूपी उपाय मिळवण्याची युक्ती

॥ अध्याय ३ - सूची ॥

श्लोक	विषय	पृष्ठ
१-१०	कर्मरहस्य - I	१३
११-१४	देवता आणि सृष्टिचक्र	२९
१५-२०	कर्मरहस्य - II	३९
२१-२६	नायक आणि आदर्श कर्म	५१
२७-३५	त्रिगुणात्मक धर्म आणि कर्मातून मुक्ती	६३
३६-४३	पाप प्रश्न आणि मुक्ती उपाय कायमस्वरूपी उपाय प्राप्त करण्याची युक्ती	८१

भाग १

कर्मरहस्य – I

|| १-१० ||

अध्याय ३

ज्यायसी चेत्कर्मणस्ते मता बुद्धिर्जनार्दन। तत्किं कर्मणि घोरे मां नियोजयसि केशव ।।१ ।।

व्यामिश्रेणेव वाक्येन बुद्धिं मोहयसीव मे । तदेकं वद निश्चित्य येन श्रेयोऽहमाप्नुयाम् ।।२ ।।

श्रीभगवानुवाच

लोकेऽस्मिन्द्विविधा निष्ठा पुरा प्रोक्ता मयानघ । ज्ञानयोगेन साङ्ख्यानां कर्मयोगेन योगिनाम् ।।३ ।।

न कर्मणामनारंभान्नैष्कर्म्यं पुरुषोऽश्नुते। न च सन्न्यसनादेव सिद्धिं समधिगच्छति ।।४ ।।

न हि कश्चित्क्षणमपि जातु तिष्ठत्यकर्मकृत्। कार्यते ह्यवशः कर्म सर्वः प्रकृतिजैर्गुणैः।।५ ।।

कर्मेन्द्रियाणि संयम्य य आस्ते मनसा स्मरन्। इन्द्रियार्थान्विमूढात्मा मिथ्याचारः स उच्यते।।६ ।।

यस्त्विन्द्रियाणि मनसा नियम्यारभतेऽर्जुन। कर्मेन्द्रियैः कर्मयोगमसक्तः स विशिष्यते।७ ।।

नियतं कुरु कर्म त्वं कर्म ज्यायो ह्यकर्मणः। शरीरयात्रापि च ते न प्रसिद्ध्येदकर्मणः।।८ ।।

यज्ञार्थात्कर्मणोऽन्यत्र लोकोऽयं कर्मबंधनः । तदर्थं कर्म कौन्तेय मुक्तसंगः समाचर ।।९ ।।

सहयज्ञाः प्रजाः सृष्टा पुरोवाचप्रजापतिः । अनेन प्रसविष्यध्वमेष वोऽस्त्विष्टकामधुक् ।।१० ।।

१-२

श्लोक अनुवाद : अर्जुन म्हणाला, हे जनार्दना, तुम्हाला जर कर्मापेक्षा ज्ञान हे श्रेष्ठ वाटतं, तर मग हे केशवा, मला भयंकर अशा कर्मांत का गुंतवता?।।१।।

आपल्या या मिश्रित अशा उपदेशपर वचनांनी माझी बुद्धी जणू काही एकप्रकारे संभ्रमित होत आहे. म्हणून आपण ती एकच निश्चित अशी गोष्ट सांगा, जिच्यामुळे माझं कल्याण साधलं जाईल।।२।।

गीतार्थ : गीतेच्या दुसऱ्या अध्यायात श्रीकृष्णाने अर्जुनाला जीवनाचं सर्वोच्च ज्ञान दिलं. ज्ञान तर एकच आहे, पण ते दोन पद्धतीने सांगितलं गेलं. कारण अर्जुनाला जी पद्धत योग्य वाटेल, ज्या पद्धतीचा अवलंब करावासा वाटेल, तो त्याला करता यावा. तसं पाहिलं, तर आत्मयोग असो अथवा कर्मयोग, दोन्हींचं ध्येय तर एकच आहे. स्वानुभवाची, आत्मसाक्षात्काराची अवस्था प्राप्त करणं आणि त्या अवस्थेत स्थिर (स्थापित) होऊन या संसारातील आपली कर्तव्यं पार पाडणं, सर्वोच्च अभिव्यक्ती साकारणं...! परंतु अर्जुनाला दोन्ही मार्गांबाबत मनन करण्यासाठी आवश्यक तितका वेळच मिळाला नाही, त्यामुळे त्याला हे दोन्ही मार्ग वेगवेगळे दिसू लागले. त्यामुळे तो पुन्हा आत्मयोग चांगला आहे की कर्मयोग, यातील कोणत्या मार्गाचं मी पालन करावं, अशा संशयाच्या भोवऱ्यात सापडला. या श्लोकांमध्ये अर्जुनाने आपली हीच द्विधावस्था श्रीकृष्णासमोर मांडली आहे.

३-४

श्लोक अनुवाद : श्रीकृष्ण म्हणाले, हे निष्पाप अर्जुना, या जगात लोकांच्या दोन प्रकारच्या निष्ठा[१] असल्याचं मी यापूर्वीच सांगितलं आहे. यातील सांख्य योगिजनांची निष्ठा ज्ञानयोगावर[२] असते. तर, योगिजनांची निष्ठा ही कर्मयोगावर असते।।३।।

---

[१] निष्ठा म्हणजे साधनेची परिपक्व अवस्था. म्हणजेच संपूर्ण विश्वासाचंच दुसरं नाव निष्ठा असं आहे.

[२] मन, इंद्रियं आणि शरीराद्वारे होणाऱ्या सर्व क्रियांमागील कर्तेपणाच्या अभिमानातून मुक्त होऊन एकाकाराच्या भावनेत स्थित राहण्याला ज्ञानयोग म्हणतात.

परंतु कोणत्याही मार्गाचा अवलंब केला, तरी कर्माचा त्याग करण्याची काहीही आवश्यकता नाही. कारण मनुष्य कर्म केल्याशिवाय निष्कर्मतेला* म्हणजेच योगनिष्ठेला प्राप्त होत नाही. केवळ कर्माचा त्याग केल्यामुळे त्याला सांख्यनिष्ठा, स्वबोध, आत्मबोध अथवा सिद्धी प्राप्त होत नाही।।४।।

गीतार्थ : श्रीकृष्णाने मागील अध्यायात अर्जुनाला दोन मार्ग सांगितले होते. त्यापैकी एक होता निष्काम कर्मयोग. कर्मफळ आणि कर्माच्या आसक्तीचा पूर्णपणे त्याग करून समत्वभावाने कर्म करणे म्हणजेच निष्काम कर्मयोग होय. दुसरा मार्ग म्हणजे ज्ञानयोग. मन, इंद्रियं आणि शरीराद्वारे होणाऱ्या सर्व क्रिया घडत असताना कर्तेपणाच्या अभिमानातून मुक्त होऊन एकत्वभावात स्थिर राहण्यालाच ज्ञानयोग असं म्हटलं गेलं आहे. हा ज्ञानयोग ज्याला साधतो, अशा मनुष्यास स्वानुभवाची सर्वोच्च अवस्था प्राप्त होते. या अवस्थेत मनुष्यातील कर्ताभाव (अहंभाव) लोप पावतो. या अवस्थेत केली गेलेली सर्व कर्मं आपोआपच निष्कर्म अथवा अकर्म होऊन जातात.

आता 'अकर्म' अथवा 'निष्कर्म' असे शब्द जर एखाद्या समज नसलेल्या अथवा पूर्वतयारी नसलेल्या मनुष्याने ऐकले, तर त्याला काय वाटेल? तो याचा शब्दशः अर्थ लक्षात घेईल. अकर्म म्हणजे काहीही काम म्हणजे कर्म न करणे, असंच एखाद्या तमोगुणी मनुष्याला वाटू शकेल. मग त्याच्या मनाला काम न करण्यासाठी हा एक मोठा बहाणाच मिळेल. तो आपले कुतर्क मांडत म्हणेल, 'भगवान श्रीकृष्णाने स्वतःच अकर्म अवस्था श्रेष्ठ असल्याचं गीतेत सांगितलं आहे. मी जर कोणतं कर्मच केलं नाही, तर कर्मफळाच्या बंधनात बांधलाच जाणार नाही आणि पाप-पुण्याच्या चक्रातदेखील अडकणार नाही, मग तर मला मुक्ती नक्कीच मिळेल.' अशा प्रकारे तो आपल्या सर्व जबाबदाऱ्यांचा त्याग करून निकामी, कुचकामी बनेल.

**ज्या अवस्थेच्या प्राप्तीने मनुष्याची कर्मं अकर्म बनतात, म्हणजे ती कर्मं त्याला कर्मबंधनात बांधू शकत नाहीत, त्या अवस्थेला निष्कर्मता असं म्हटलं जातं.*

असे पुष्कळसे लोक आहेत, जे अध्यात्माचं निमित्त करून सर्वकाही त्यागून बसतात आणि स्वतःला संन्यासी समजू लागतात. परंतु त्यांच्या मनाच्या करामती मात्र सुरूच असतात. काही लोक जंगलात जातात अथवा एकांतात राहतात. संन्यास घेतल्यानंतर त्यांचा इतर लोकांशी, नातेवाइकांशी व्यावहारिक तसंच सांसारिकदृष्ट्या संपर्क तुटतो. संसारातील काही गोष्टी, जबाबदाऱ्या, ज्या प्रत्येक मानवाला पार पाडाव्याच लागतात, उदाहरणार्थ- विवाहबद्ध होणं, वैवाहिक जबाबदाऱ्या, अपत्य जन्मास घालणं, संपत्ती कमावणं, नोकरी-व्यवसाय करणं... इत्यादी, यांपासूनही ते अलिप्त होतात. खरंतर संन्यास घेऊन प्रापंचिक कर्तव्यांपासून दूर पळणं, हे एकप्रकारचं अज्ञानच आहे. यामुळे आपणास कर्मबंधनातून मुक्ती मिळू शकणार नाही. विश्वातील कोणताही मानव कर्मातून सुटू शकत नाही. आपण जर संसाराचा त्याग केला आणि संन्यास घेऊन एखाद्या जंगलात अथवा आश्रमात राहू लागलात, तरीही आपण कर्मांतून मुक्त होऊ शकणार नाही. असे खूपच कमी लोक असतात, जे पूर्णपणे समज प्राप्त करून आणि प्रापंचिक इच्छा-आकांक्षा यांपासून अनासक्त होऊन, वैषयिक सुखांचा त्याग करून, विरागी होऊन, संपूर्ण वैराग्यासह ईश्वरप्राप्तीसाठी या संसाराचा त्याग करतात.

दुसरीकडे रजोगुणी लोकसुद्धा कर्मयोगाची आपली स्वतंत्र व्याख्या बनवतात. असे लोक म्हणतात, 'गीतेत सांगितलं आहे, की कर्म हीच पूजा आहे. म्हणून आम्ही ध्यान-धारणा, पूजा-अर्चा, सत्संग-प्रवचन यांत आपला वेळ व्यर्थ घालवत नाही. हे तर सगळे कामचुकारांचे उद्योग आहेत. आमच्यासाठी तर आमचं कर्म हीच पूजा आहे.' अशा लोकांना कोणीतरी विचारावं, 'आपणास हे माहिती आहे का, की गीतेमध्ये कोणत्या समजेनुसार कर्म करण्यास पूजा असं म्हटलं गेलं आहे? कर्म करण्याच्या योग्य पद्धती, निष्काम कर्मयोग हे त्यांना माहिती आहे का? त्यांना ते समजलं आहे का?'

श्रीकृष्णांना हे माहीत होतं, की लोक ज्ञानाच्या या गोष्टींचा अर्थ आपापल्या मनाप्रमाणे लावून त्याचा तसाच उपयोग करतील, म्हणून ते ही

गोष्ट पूर्णपणे स्पष्ट करून सांगत आहेत, की कोणत्याही मार्गावरून मार्गक्रमण केलं तरी मनुष्याने आपली कर्तव्यं (करण्यायोग्य अशी कामं) कधीही सोडू नयेत. कर्म करण्याचं त्यागल्याने अकर्मण्यता आणि आळस यांचीच प्राप्ती होईल, निष्कर्मता नव्हे. 'निष्कर्मता' अथवा 'अकर्मता' तर त्या अवस्थेचं नाव आहे, जी अवस्था प्राप्त झाल्यानंतर मनुष्याच्या अंतरंगातील कर्ताभाव आणि त्याच्या फलप्राप्तीची आशा यांचा अंत होऊन जातो. मनुष्याच्या हातून घडणारी कर्मं त्याच्यासाठी चांगलं अथवा वाईट असं कोणतंच बंधन निर्माण करत नाहीत. अशाप्रकारे तो कर्मबंधनातून मुक्त होऊन आपल्या प्रापंचिक जबाबदाऱ्या पार पाडत असतो आणि आनंदाने हे आयुष्य जगत असतो.

जगात असे असंख्य महापुरुष होऊन गेले आहेत, ज्यांनी ही मुक्तावस्था प्राप्त करून आपलं आयुष्य व्यतीत केलं आहे. संत कबीर हेही एक असेच मुक्त, निष्काम कर्मयोगी होते. ते वस्त्र विणत, त्याची विक्री करत आणि आपलं घर-प्रपंच चालवत असत. आपल्या कुटुंबाचं भरण-पोषणही करत असत. त्याचबरोबर ते सत्संगही करत असत, दोहे रचत असत, उपदेश करत असत. त्यांच्याद्वारे या जगाला आध्यात्मिक ज्ञानप्राप्तीही झाली. हे सगळं कार्य त्यांनी स्व-अनुभवावर स्थापित होऊनच केलं. संत रोहिदास चर्मकार समाजाचे होते. ते पादत्राणं बनवत असतानादेखील स्व-अनुभवावर स्थापित होऊन ईश्वरभक्तीत तल्लीन राहत असत. ते मीरेसारख्या कृष्णभक्ताचे गुरूदेखील झाले आणि त्यांनी त्यांनाही आपल्यासारखाच आत्मसाक्षात्कार घडवला.

५

श्लोक अनुवाद : निःसंशयपणे पृथ्वीवरचा कोणताही मनुष्य, कोणत्याही वेळी एक क्षणही कर्म न करता राहू शकत नाही, कारण निसर्गनियमांनुसार सर्वच मानव समुदाय पराधीन असून, कर्म करण्यासाठी बांधलेला आहे।।५।।

गीतार्थ : कर्मबंधनातून वाचण्यासाठी कोणतंही काम करूच नये, असा जे विचार करतात, त्यांच्यासाठी या श्लोकात श्रीकृष्णाने स्पष्ट संदेश दिलेला आहे. आपण जर दिवसभरातील कामांचं वेळापत्रक बनवाल, तर यातील काही कामं ही अशाप्रकारची असतील - नोकरी अथवा व्यवसायानिमित्त बाहेर जाणं, पैसे कमावणं, घर सांभाळणं, मुलांचं पालन-पोषण करणं, त्यांना शिकवणं, शाळा-कॉलेजात जाणं, बाजारात जाणं, स्वयंपाक बनवणं, स्नानादी कर्मं करणं... इत्यादी. खरंतर ही सगळी वरवरची कामं आहेत, जी आपण सहजतेने साध्य करू शकतो. परंतु समजा, एखाद्या दिवशी आपण ही सगळी कामं केली नाहीत, दिवसभर नुसतं पडून लोळत राहिलो, तर आपल्याकडून कोणतं कर्म घडणार नाही का? नक्कीच घडणार.

जोपर्यंत आपण हे शरीर धारण केलं आहे, तोपर्यंत आपल्याकडून काही न् काहीतरी कर्म हे घडणारच आहे आणि ते स्वाभाविकच आहे. आपलं शरीर हे एक असं मनोकायिक यंत्र आहे, जे कर्म केल्याशिवाय राहूच शकत नाही. शरीराशिवायही मन, वाणी अथवा बुद्धीद्वारे तरी कर्म हे घडणारच आहे.

ही गोष्ट समजून घेण्यासाठी आपण एक प्रयोग करून पाहा. एखाद्या दिवशी निश्चय करा, की 'आज दिवसभर मी काहीही करणार नाही.' त्या दिवशी आपल्याला एकाच जागी बसून राहावं लागेल. हा प्रयोग करून पाहिल्यानंतर आपल्या हे लक्षात येईल, की आपलं हे शरीर एका जागी स्वस्थ बसूच शकत नाही. ते वेळोवेळी उठेल, बाहेर जाऊन येईल, जेवण करेल, टीव्ही पाहील, हात-पाय हलवेल, चुळबूळ करेल... काही न् काहीतरी करतच राहील.

आपलं शरीर जरी एका जागी बसू शकलं, तरी आपलं मन विचार करत राहील. समजा, आपल्या नाकावर एखादी माशी येऊन बसली आणि आपण हात हलवण्यासारखंही कोणतं कर्म करू इच्छित नसाल. पण आपल्या मनात

त्या माशीबाबत विचारचक्र सुरूच झालं, 'या मूर्ख माशीलाही आताच येऊन बसायचं होतं, आता यावेळी तर मी तिला उडवून लावण्याचंसुद्धा कर्म करू शकणार नाही...' बस्स! झालं आपल्याकडून कर्म. कारण विचार करणं हेदेखील एक प्रकारचं कर्मच आहे. फरक इतकाच, की हे शारीरिक नसून मानसिक कर्म आहे. माशीला पाहून आपल्या मनात जे राग, तिरस्काराचे भाव उमटले, तेसुद्धा कर्मच आहे. याला भावनात्मक कर्म असं म्हणता येईल.

म्हणून श्रीकृष्ण म्हणतात, "कोणताही मनुष्य कोणत्याही काळी क्षणभरदेखील कर्म केल्याशिवाय राहू शकत नाही. कारण त्याला असंच घडवलं गेलं आहे. तो क्षणोक्षणी काहीतरी शारीरिक क्रिया करेल, अथवा काहीतरी विचार करेल, किंवा त्याच्या अंतरंगात काही ना काही भाव उमटत राहतील." मथितार्थ, आपल्याकडून कोणतं न् कोणतं तरी कर्म हे घडणारच आहे, त्यामुळे कर्मबंधनदेखील बनणारच आहे. परंतु याला 'जे काही घडत आहे, ते ईश्वरेच्छेनेच घडत आहे, ईश्वरच हे करून घेत आहे, शरीर तर केवळ निमित्तमात्र आहे... कर्ता तर तोच आहे. म्हणून त्याचं फळही त्याचंच...' अशी जर कर्मयोगाची समज जोडली, तर कर्म घडूनही त्याचं बंधन निर्माण होणार नाही आणि अशारीतीने आपण कर्मबंधनाच्या चक्रातून सहजपणे सुटू शकाल. कारण ज्या कर्माच्या मागे कर्ताभाव असत नाही, ते कर्म कोणत्याही प्रकारच्या बंधनापासून अथवा पाप-पुण्यापासून मुक्तच असतं.

मूल जेव्हा खूपच लहान असतं, तेव्हा त्याच्यात अहंभावाची जाणीव असत नाही. त्याच्या मनात आपलं नाव, शरीरयष्टी, व्यक्तिमत्त्व असे कोणतेही विचार असत नाहीत. कर्मं तर त्या शिशूच्या शरीराकडूनही होत असतात. परंतु तरीही ती अकर्म अवस्था असते, कारण त्याच्या शरीराद्वारे ईश्वरच (सेल्फ) कार्य करत असतो. जसजसं ते मूल मोठं होऊ लागतं, तसं ते आपल्या वेगळ्या व्यक्तित्वाबाबत सजग (सावध) होऊ लागतं. ते

जसं स्वतःला सर्वव्यापी 'मी'भावातून वेगळं करून, सोहंचं अहं होऊन, वैयक्तिक पातळीवर जीवन जगण्यास प्रारंभ करतं, तेव्हा ते कर्मबंधनाच्या चक्रात अडकत जातं.

स्वतःला ईश्वराहून वेगळं मानून मी-मी करत बसलेल्या माणसाला, जिथे तो स्वतःच ईश्वर होता, अशा त्या शैशवावस्थेत पुन्हा घेऊन जाणं, हेच खरंतर अध्यात्माचं अंतिम उद्दिष्ट आहे.

६-७

श्लोक अनुवाद : अट्टहासाने इंद्रियांचं वरवर दमन करून मनाद्वारे त्या इंद्रियविषयांचं चिंतन करत राहणारा मूर्ख मनुष्य मिथ्याचारी म्हणजे दांभिक म्हटला जातो।।६।।

मात्र हे अर्जुना, जो मनुष्य इंद्रियांना आपल्या ताब्यात ठेवत, अनासक्त होऊन सर्व इंद्रियांद्वारे कर्मयोग आचरणात आणतो, तोच श्रेष्ठ समजला जातो।।७।।

गीतार्थ : उपरोक्त दोन श्लोकांमध्ये सांगितलेली गोष्ट आपण दुसऱ्या खंडातदेखील समजून घेतली होती. श्रीकृष्णाने अर्जुनाला समजावलं होतं, की जे लोक केवळ बाह्यदृष्ट्या एखाद्या कामाचा त्याग करतात; परंतु मनातून मात्र सातत्याने त्याविषयीच विचार करत राहतात, त्यांना याचा काहीही लाभ होत नाही. कारण असं केल्याने त्यांची आसक्ती सुटत नाही आणि एकेदिवशी ते पुन्हा तीच गोष्ट करू लागतात. अशा लोकांना श्रीकृष्ण लबाड, मिथ्याचारी, दांभिक म्हणजेच घमेंडी, अहंकारी असं म्हणत आहेत. कारण ते वरवर जगाला दाखवत असतात, की आम्ही अमुक एका गोष्टीचा त्याग केला आहे, परंतु मनातून मात्र ते त्यातच गढून गेलेले असतात. त्यांच्या मनात सतत त्याच गोष्टीचं चिंतन सुरू असतं.

याला आपण असं समजून घेऊ. एक संन्याशी सर्वसंगपरित्याग करून जंगलात बसला असेल, परंतु मनातून मात्र 'पत्नी प्रपंच कसा चालवत असेल... मुलं आता काय करत असतील... त्यांना माझी आठवण तरी येत असेल का, की ती मला विसरली असतील... मला तर इथं काही खायलाही मिळत नाही, ते मात्र काय काय करून खात असतील...' सतत असा कुटुंबीयांचा विचार करून त्रस्त होत असेल, तर असा मनुष्य खरोखर संन्याशी असेल का? नाही. तो प्रपंचाविषयी विचार करणारा प्रापंचिकच आहे. संन्यासाच्या नावाखाली तो स्वतःला तसंच आपल्या कुटुंबीयांनाही धोकाच देत आहे.

कर्मसिद्धांतानुसार बाह्यदृष्ट्या कर्मांचा त्याग करणारे लोकसुद्धा बंधनातच अडकलेले असतात. कारण मानसिक कर्म तर त्यांच्याकडून घडतच असतं. योग्य समज नसल्याने बहुतांश लोक केवळ शरीराद्वारे होणाऱ्या क्रियांनाच कर्म मानत असतात. जसं, एखादा मनुष्य तोंडाने अपशब्द उच्चारत नाही, हाताने कोणाला एक चापटही मारत नाही; परंतु मनोमन शिव्यांची लाखोली वाहत असतो. त्याच्या मनात एखाद्याविषयी तिरस्कार साचलेला असतो. असा मनुष्य याच भ्रमात जगत असतो, की आपण केवळ विचारांद्वारेच आपल्या मनातलं मळभ काढून टाकत आहे, वास्तवात आपण थोडंच कोणतं कूकर्म करत आहोत! परंतु असं होत नाही. त्याच्यातील चुकीचे विचार तर त्याला चुकीचं फळ प्राप्त करून देणारच.

संकल्प-शक्तीच्या साहाय्याने (विल पॉवरच्या साहाय्याने) लोक बाह्यतः कर्म थोपवून ठेवतात. परंतु त्यासोबत समज नसेल, ज्ञान नसेल, तर त्याचा काहीही लाभ होत नाही. लोक वरकरणी वेगळ्या क्रिया करतात, मात्र त्यांची आंतरिक स्थिती त्यापेक्षा वेगळीच असते. असं करूनही ते स्वतःला धार्मिक समजतात. अशा प्रकारचं ज्ञान पृथ्वीवर सर्वत्र पसरलेलं आहे, ज्यात सांगितलं जातं- 'तुम्ही अमुक कर्मकांड करायला हवं, असा पूजा-पाठ करायला हवा, याने तुमची सर्व पापं नष्ट होतील, तुम्हाला मुक्ती मिळेल'

आणि हे ऐकून लोकदेखील अशा सर्व क्रिया करत राहतात. परंतु आंतर्यामी जे काही सुरू असतं, त्यात बदल करत नाहीत. कारण त्याविषयी कुठे काही सांगितलंच जात नाही. वास्तविक याच मानसिक कर्मांनी कर्मबंधन निर्माण होतं.

कर्ताभावाने (अहंभाव, स्वतःला ईश्वराहून अथवा इतर लोकांहून वेगळं विशिष्ट मानणे) केला गेलेला विचारही एकप्रकारचं कर्मच आहे आणि यथावकाश तेदेखील फळ देतच असतं, त्याचंही कर्मबंधन बनतं. तसं पाहायला गेलं तर धृतराष्ट्राने शारीरिकदृष्ट्या युद्ध लढलं नाही, त्याने युद्धात कोणाची हत्याही केली नाही; परंतु त्याचे विचार, त्याचे निर्णय, त्याच्या इच्छा–आकांक्षांच त्याला युद्धात पूर्णपणे सहभागी करून घेतात.

तसं पाहिलं तर मानसिक कर्म हे शारीरिक कर्माहून अधिक प्रबळ असतं. शरीर तर जड आहे. ते तर विचारच असतात, जे त्याच्यासाठी बंध निर्माण करत असतात. आपण जर नेहमीच विचार करत असाल, की 'लोक वाईट आहेत', तर लोकांचं आपल्याशी वाईट वागणं हे आपल्या विचारांचंच फळ आहे. सांगण्याचा मथितार्थ, आपण जसा विचार करू, तसेच पुरावे आपल्याला मिळतात. विचारांद्वारे आपण जे कर्म करत असता, त्याचं दृश्यफळ आपल्याला प्राप्त होत असतं.

श्रीकृष्ण पुढे म्हणतात, ''जो मनुष्य अनासक्त होऊन समस्त इंद्रियांद्वारे कर्मयोगाचं आचरण करत असतो, तोच श्रेष्ठ आहे.'' उदाहरण म्हणून कबीरांकडे पाहता येईल. कबीरांसारखे गृहस्थाश्रमी बाह्यदृष्ट्या प्रापंचिक असूनही अंतरंगातून संन्याशीच असतात. कारण ते प्रपंच आणि इंद्रियसुखांबाबत आसक्त, लिप्त झालेले नाहीत. त्यांच्या शरीराद्वारे कर्मयोग घडतो आहे आणि त्यांचे भाव अथवा विचारांमध्ये मात्र आत्मयोगच वसतो आहे. अशाचप्रकारे आपण जर श्रीकृष्णाच्या जीवनचरित्राकडे पाहिलं, तर त्यांनीही अशी काही अचाट आणि अफाट कार्यं केलेली आहेत, जी कर्मयोग

आणि आत्मयोगाच्या अवलंबाशिवाय केली असती, तर नक्कीच पाप आणि पुण्याच्या अनंत राशी बनल्या असत्या. त्यांनी असंख्य लोकांचा वध केला, युद्ध केलं, काहीवेळा छळ-कपटही केलं; परंतु त्यांच्या प्रत्येक कर्मामागील भावना शुद्ध होती. त्यांनी जे केलं, ते लोककल्याणार्थ, अकर्ताभावाने केलं. म्हणून ते एक मुक्त पुरुष गणले जातात.

योग आणि ध्यान पद्धतींमध्ये स्वास्थ्यासाठी किंवा ध्यानासाठी आपल्या पूर्वजांनी ज्या काही क्रिया, आसनं वगैरे बनवली आहेत, त्यांचा अवश्य लाभ घ्यावा. परंतु त्यामागील समज अंगीकारूनच या गोष्टी कराव्यात. हठयोगी बना, हठभोगी बनू नका. कारण हठभोगी आंतरिकरीत्या तर उपभोग घेत असतो, परंतु बाहेरून मात्र त्याच्या अगदी विरुद्ध बोलत असतो. असं जीवन खंडित बनून दुःखच निर्माण करतं. वास्तवात मनुष्याचे भाव, विचार, वाणी आणि क्रिया या सर्व गोष्टी एकाच दिशेत असायला हव्यात, तेव्हाच कर्मबंधनातून मुक्ती शक्य असते.

८

श्लोक अनुवाद : तू शास्त्रविहित कर्तव्यकर्म कर, कारण कर्म न करण्यापेक्षा कर्म करणं, हे कायमच श्रेष्ठ आहे. कर्म न करता तुझी उपजीविकाही शक्य होणार नाही।।८।।

गीतार्थ : इथे श्रीकृष्ण अर्जुनास शास्त्रविहित म्हणजे शास्त्राने सांगितल्यानुसार कर्तव्यकर्मं करण्याचा सल्ला देत आहेत. आता हे शास्त्रविहित कर्तव्यकर्म म्हणजे नक्की काय, हे आधी समजून घेऊया. जगात प्रत्येक मनुष्य कोणती न् कोणती भूमिका पार पाडत आहे. प्रत्येकाकडे एकाहून अधिक भूमिकाही असू शकतात. आपली भूमिका लक्षात घेऊन, त्यासाठी योग्य ते कर्म (विवेकासह) करणं, हे त्या मनुष्याचं कर्तव्यकर्म म्हटलं जातं.

उदाहरणार्थ - एका विद्यार्थ्याचं कर्तव्य आहे, मनापासून अभ्यास

करणं, आपल्या शिक्षकांचा आदर राखणं, त्यांच्या आज्ञेचं पालन करणं... हा विद्यार्थी कोणाचा तरी पुत्र अथवा कन्याही असेल, तर मग या भूमिकेबरोबरच त्याच्या कर्तव्यांशी इतरही काही गोष्टी जोडल्या जातील. जसं- आपल्या आई-वडिलांची काळजी घेणं, त्यांचा आदर राखणं, घराबाबतच्या आपल्या जबाबदाऱ्या लक्षात घेणं इत्यादी.

प्रत्येक भूमिकेची जी काही कर्तव्यकर्मं (विवेकाधारे करण्यायोग्य अशी कामं) असतात, त्यांना पुराणकाळी आपल्या ऋषि-मुनींनी शास्त्रग्रंथांमध्ये संकलित करून ठेवलेलं आहे. जेणेकरून त्यांच्या वाचनाने मनुष्याला आपली भूमिका उत्तमरीत्या पार पाडण्यासाठी मार्गदर्शन मिळू शकेल. हल्लीच्या भाषेत सांगायचं झालं, तर शास्त्रांमध्ये समाज, समुदाय आणि लोकांसाठी 'डू अँड डोंट्स' (यांचा अवलंब करा आणि हे टाळा) असे नियम सांगितले गेले आहेत, जेणेकरून कोणाच्याही मनात कोणत्याही प्रकारचा संशय अथवा भ्रम निर्माण होऊ नये आणि सामाजिक, सामुदायिक तसंच कौटुंबिक स्वास्थ्य टिकून राहावं, ती व्यवस्था सुरळीतपणे, सुव्यवस्थितपणे सुरू राहावी.

लोक शास्त्रांचं वाचन करत आणि त्यात सांगितलेल्या तत्त्वांचं अनुकरण करून एकप्रकारे संतुलित आयुष्य जगत असत. राजा आपली कर्तव्यं पार पाडत असे, प्रजा आपली, तर सैनिक आपापली.

कौरवांनी आपल्या कर्तव्यकर्मांचं पालन केलं नाही, शास्त्रात सांगितलेल्या कर्तव्यांविरुद्ध आचरण केलं, त्यामुळेच प्रचंड विनाशकारी युद्धजन्य स्थिती निर्माण झाली. अर्जुन सव्यसाची योद्धा असूनही युद्धापासून दूर पळू इच्छित होता, म्हणजेच तो आपल्या कर्तव्यकर्मांपासून तोंड फिरवत होता. म्हणून श्रीकृष्ण त्याला सांगत आहेत, की 'तू हे शरीर धारण केलेलं असल्याने कर्मांचा त्याग तर तसंही करू शकत नाहीसच. म्हणून प्राप्त परिस्थितीत तू आपली योद्ध्याची भूमिका समजून घेऊन, त्यानुसार

अध्याय ३ : ९-१०

कर्तव्यकर्मं करणं हेच श्रेयस्कर आहे.'

या पृथ्वीतलावर मनुष्यासाठी सर्वांत मोठं कर्तव्यकर्म कोणतं असेल, तर ते आहे, आपल्या 'स्व'ची जाणीव होणं (अहं ब्रह्मास्मी, सोहं, मी सेल्फ आहे) आणि त्या जाणिवेतच स्थापित होऊन आपली प्रापंचिक कर्तव्यकर्मं अकर्मभावाने करत राहणं. परंतु मनुष्य आपल्या अहंकारात (अहंभावात) इतका जखडलेला आहे, की असं करणं त्याला सहजासहजी शक्य होत नाही.

९-१०

श्लोक अनुवाद : यज्ञविधीत केल्या जाणाऱ्या कर्मविधींव्यतिरिक्त केल्या जाणाऱ्या कर्मांत मानव समूह बांधला जातो. म्हणूनच हे अर्जुना, तू कुठल्याही आसक्तीत न अडकता त्या यज्ञाच्या निमित्ताने केली जाणारी आपली कर्मं योग्य प्रकारे कर।।९।।

या कल्पाच्या सुरुवातीलाच प्रजापती ब्रह्माने यज्ञ आणि प्रजेची निर्मिती करून सांगितलं, की या यज्ञाद्वारे तुम्हा लोकांचा उत्कर्ष होवो आणि हा यज्ञ तुमच्या सर्व इच्छा–आकांक्षा पूर्ण करणारा ठरो।।१०।।

गीतार्थ : हे श्लोक समजून घेण्यासाठी आधी श्लोकांत वर्णन केलेल्या 'यज्ञ' आणि 'प्रजा' या शब्दांबाबत सविस्तर समजून घेणं अत्यावश्यक आहे. सर्वसाधारणतः यज्ञ हा शब्द ऐकताच आपल्या मन–मस्तिष्कात एक हवनकुंड आणि त्याभोवती बसून मंत्रोच्चारात चाललेला यज्ञ, दिल्या जाणाऱ्या आहुती यांचंच चित्र डोळ्यांसमोर येतं. कारण लहानपणापासून आपण सर्वांनी अशाच यज्ञाविषयी पाहिलेलं- ऐकलेलं असतं. परंतु इथे यज्ञाचा संबंध त्या प्रयोजनाशी आहे, जे ईश्वराने या सृष्टीच्या रूपात आयोजलं आहे. हा यज्ञ म्हणजे सेल्फद्वारे रचलेली लीलाच आहे. या लीलेलाच प्रकृती असंही म्हटलं जाऊ शकतं. (पृथ्वी, आप, तेज, वायू, आकाश, मन, बुद्धी

अध्याय ३ : ९-१०

आणि अहंकार यांच्या समूहाला प्रकृती असं म्हटलं जातं.)

प्रकृतीचा विस्तार खूपच विशाल आहे. यात दृश्यस्वरूपात जे दिसतं केवळ तेवढंच नसून, अदृश्यावस्थेत, अप्रकट असंही बरंच काही आहे... यात सर्व जीव-जंतू, अशरीरी जीव (सूक्ष्म देह), वनस्पती, नैसर्गिक संसाधनं, हवा, पाणी, अग्नी, अंतराळ... असं बरंच काही सामावलेलं आहे.

निराकार असलेला ईश्वर ज्या ज्या रूपांत साकारला आणि त्याने त्या भिन्न भिन्न प्रारूपांचा आपापसांत एकमेकांशी मेळ साधून ज्या विशालकाय व्यवस्थेचं निर्माणकार्य केलं, ती त्याचीच लीला आहे. तोच त्याचा यज्ञ होय, असंही याला म्हणता येऊ शकतं.

श्लोकात ज्या प्रजापती ब्रह्मदेवांविषयी सांगितलं गेलं आहे, तेसुद्धा या सेल्फचंच एक क्रिएटर (निर्माणकर्ता) रूप आहे. या ब्रह्माला सेल्फ इन ॲक्शन (क्रियाशील निर्माणकर्ता) असंदेखील म्हणता येऊ शकतं. सृष्टीचं संचालन करताना, तिचं पालन-पोषण करत असलेल्या या सेल्फलाच विष्णू असंदेखील म्हटलं गेलं आहे. सेल्फच्या या अवस्थेत ज्या सृष्टीचा विनाश, अंत होतो, जो यज्ञ पुन्हा संकोचला जातो, त्या अवस्थेला शिव असं म्हटलं गेलं आहे.

जेव्हा ही सृष्टी साकारली गेली, तेव्हा त्यात मानवप्राणी व इतर जीव-जंतूंची निर्मिती झाली. यांपैकी मानव वगळता इतर सर्वच जीव-जंतू, वृक्ष-वल्ली इत्यादी सर्वजण आपापलं नैसर्गिक सहज जीवन जगत आहेत. त्यामुळेच ते कधीही, कोणत्याही प्रकारच्या कर्मबंधनात बांधले जात नाहीत. वाघाने इतर जनावरांना मारलं, म्हणून त्यांच्या हत्येचं पातक त्याच्या मस्तकी लागलं, असं कधीही होत नाही. कारण या निसर्गाद्वारेच वाघाचा हा स्वभावधर्म आणि ही भूमिका निर्धारित केली गेली आहे.

मानव मात्र या यज्ञाचा सर्वाधिक जटिल प्राणी आहे आणि तोच एकमेव असा आहे, जो कर्मबंधनात अडकून पडतो. याचं कारण आहे,

त्याची चुकीची वैचारिकता, त्याचं तोलू मन, जे स्वतःला त्या सर्वव्यापी मनरूपी विधात्यापासून (सेल्फ) वेगळं करून पाहतं आणि स्वतःला रुचेल तसं, आपल्या स्वयंकेंद्रित, स्वार्थी इच्छा-आकांक्षांनी प्रेरित होऊन कर्म करू लागतं.

श्रीकृष्ण फक्त अर्जुनालाच नाही, तर समस्त मानवजातीला सांगत आहेत, की 'जे ईश्वरीय गुण आहेत, मुळात तेच मानवी गुणही आहेत. म्हणून सर्वांनी आपल्या मूळ स्वभावधर्मानुसार (निःस्वार्थ प्रेम, दया, करुणा, प्रसन्नता, शांती, मौन), कोणताही व्यक्तिगत स्वार्थ न ठेवता, या ईश्वरी लीलेत आपापली भूमिका पार पाडायची आहे. जे करणं योग्य आहे, अशीच कर्तव्यकर्मं करायची आहेत. असं केल्यानेच मनुष्य कोणत्याही प्रकारच्या कर्मबंधनात बांधला न जाता तो नेहमी मुक्तावस्थेतच राहू शकेल.'

● मनन प्रश्न :

१. हा अध्याय वाचण्याआधी आपल्या मनात कर्म करणं आणि कर्म न करणं (अकर्म) याबाबत काय संज्ञा होती? अध्यायाचं वाचन झाल्यानंतर त्या भूमिकेत काय फरक पडला?

२. आज दिवसभरात अथवा दिवसातील काही वेळेत आपल्याकडून होत असलेल्या, किंवा आपल्याद्वारे केल्या जात असलेल्या सर्वच कर्मांकडे साक्षीभावाने कसं पाहता येईल?

३. कोणत्या क्षणी कोणतं कर्म होत आहे (शारीरिक, मानसिक, भावनात्मक)? कोणतं कर्म स्वतःहूनच, आपोआप घडत आहे आणि कोणतं कर्म सजगतेने केलं जात आहे?

भाग २
देवता आणि सृष्टिचक्र
॥ ११-१४ ॥

अध्याय ३

देवान्भावयतानेन ते देवा भावयन्तु वः। परस्परं भावयन्तः श्रेयः परमवाप्स्यथ।।११ ।।

इष्टान्भोगान्हि वो देवा दास्यन्ते यज्ञभाविताः । तैर्दत्तानप्रदायैभ्यो यो भुंक्ते स्तेन एव सः।।१२ ।।

यज्ञशिष्टाशिनः सन्तो मुच्यन्ते सर्वकिल्बिषैः । भुञ्जते ते त्वघं पापा ये पचन्त्यात्मकारणात ।।१३ ।।

अन्नाद्भवन्ति भूतानि पर्जन्यादन्नसम्भवः । यज्ञाद्भवति पर्जन्यो यज्ञः कर्मसमुद्भवः।।१४ ।।

११-१२

श्लोक अनुवाद : तुम्ही या यज्ञाद्वारे त्या देवतांना उन्नत करा आणि त्या देवता तुम्हाला उन्नत करतील. याप्रकारे निःस्वार्थ भावनेने एक दुसऱ्याला उन्नत करत-करत तुम्ही परम-कल्याणाची स्थिती प्राप्त करू शकाल।।११।।

यज्ञाद्वारे प्रसन्न झालेल्या देवता, तुम्ही न मागताही तुम्हाला अपेक्षित अशा गोष्टी तुम्हास नक्कीच देतील. परंतु, अशा प्रकारे त्या देवतांद्वारे प्राप्त झालेल्या गोष्टींतील त्यांचा असलेला भाग, जो पुरुष त्या देवतांना अर्पण करत नाही, तो जणू चोरच होय।।१२।।

गीतार्थ : आपण जर कुठे होम-हवन, यज्ञ होताना पाहिलं असेल, तर आपल्या लक्षात येईल, की तिथे यज्ञकुंडात अग्नी प्रज्वलित केलेला असतो. मग देवतांना आवाहन केलं जातं. म्हणजेच त्यांना आमंत्रित केलं जातं आणि मग आहुती अर्पण केल्या जातात. आहुती अर्पण करत असताना बहुधा 'स्वाऽहा', 'इदं न मम' असं म्हटलं जातं. इथे आपण ही प्रक्रिया पूर्णपणे समजून घेणं आवश्यक आहे. खरंतर ही पूर्ण यज्ञप्रक्रिया ही सृष्टी आणि मानव यांच्यातील संतुलित संबंधच प्रतीकात्मक रूपाने दर्शवत असते.

निसर्गात अनेक तत्त्वं आहेत. जसं- जल, वायू, अग्नी अथवा सूर्य, धरती, आकाश, वनस्पती, ग्रह-उपग्रह इत्यादी. या सर्वच तत्त्वांचं एकमेकांशी असलेलं सामंजस्य अथवा संतुलन यामुळेच या सृष्टीमध्ये जीवनचक्र सुरळीतपणे सुरू आहे. यातील प्रत्येक तत्त्व या जगताला जिवंत ठेवण्यासाठी महत्त्वपूर्ण भूमिका पार पाडतं. या सर्वच तत्त्वांना आपल्या ऋषि-मुनींनी एकेका देवतेचं नामाभिधान केलेलं आहे. जसं- पाण्याला जलदेवता अथवा वरुणदेवता असं नाव दिलं गेलं आहे. इंद्र ही पावसाची देवता, सोम ही वनस्पतींची देवता, हवेची पवनदेवता... असं म्हटलं गेलं आहे. आपल्याला त्या संपूर्ण तत्त्वविशेषाला एका विशिष्ट नावाने संबोधित करता यावं, हे यामागचं कारण आहे.

अध्याय ३ : ११-१२

धगधगत्या यज्ञकुंडात प्रज्वलित असलेल्या अग्नीचं तेज त्या सत्य अथवा सेल्फचं प्रतीक आहे, ज्याच्यात या साऱ्या देवतांचा निवास आहे. यालाच सत्यरूपी अग्नी असंही म्हणता येऊ शकतं, ज्याच्यात वितळून गेल्याने मनुष्यातील 'स्व'ची (अहंकार, स्वतंत्र व्यक्तित्व) सांगता होते. यज्ञकर्ता यजमान या सत्यरूपी अग्नीसमोर बसून एकामागून एक असं देवतांना आवाहन करत असतो, मंत्रांद्वारे त्या त्या देवतेची स्तुती (प्रसंशा, गुणगान) करत असतो. असं करून आमच्यासाठी आपण किती महत्त्वाचे आहात, हेच तो त्यांना सांगत असतो आणि असं सांगून त्यांची आपल्यावर कृपादृष्टी व्हावी, याकरिता तो याचना करत असतो. त्याला वाटत असतं, की त्या तत्त्वाची आपल्याला कधीही विशेष अशी कमतरता जाणवू नये आणि त्यामुळे आपल्यावर कोणतीही आपत्ती येऊ नये.

यानंतर तो त्या अग्नीत त्या त्या विशेष देवतेसाठी आहुती अर्पण करतो. आहुती अर्पण करण्याची ही क्रिया, मनुष्याच्या कर्म करण्याच्या क्रियेचं प्रतीक आहे. जे हेच दर्शवत असतं, की ईश्वराद्वारे रचल्या गेलेल्या या सृष्टिरूपी यज्ञात आपल्या कर्मांची आहुती देऊन मनुष्य तो यज्ञ प्रज्वलित ठेवत आहे, म्हणजेच ते कार्य पुढे नेत आहे. असं करत असताना तो म्हणतो, 'स्वाऽहा', ज्याचा अर्थ आहे, 'या आहुतीबरोबर मी आपणास माझ्यातील स्व (मीपणा, अहंकार, अहंभाव) समर्पित करत आहे. जेव्हा तो म्हणतो, 'इदं अग्ने, इदं न मम', तेव्हा याचा अर्थ होतो, 'माझं जे काही आहे, ते या अग्नीचं (सेल्फ, परमचैतन्य – ज्यात सर्व तत्त्वं, नियम, विधान, चराचर सृष्टी निवास करते) आहे, माझं स्वतःचं असं काहीही नाही...' अशाप्रकारे पाहिलं गेलं, तर यज्ञात 'स्वाहा' म्हणत म्हणत आहुती टाकणं हे मनुष्याच्या निष्काम कर्मयोगाच्या अवस्थेचंच प्रतीक आहे.

या समजेनुसार पाहिलं गेलं, तर यज्ञाचं आयोजन हे ईश्वर, सृष्टी आणि मानव या संपूर्ण व्यवस्थेचंच एक प्रतीक आहे. ज्यात हे दर्शवलं

गेलं आहे, की मनुष्याने आपले भाव, विचार, वाणी यांचं कसं संतुलन साधून अकर्ताभावाने या सृष्टीतील सर्व तत्त्वांबाबतची आपली कर्तव्यकर्मं करत राहायला हवं.

कर्म करतेवेळी आपण इतर कोणत्याही फळाची अपेक्षा करू नये आणि कर्मालाच कर्मफळस्वरूप मानायला हवं. अशा प्रकारे भाव, विचार, वाणी यांच्या एकसंध निश्चयानेच आपलं कर्म 'यज्ञ' बनू शकेल. अकर्ता बनून यज्ञ करण्याचा अर्थ श्रीकृष्ण सांगत आहेत. परंतु कालचक्राबरोबर कर्म आणि यज्ञ यांचीही परिभाषा बदलत गेली.

जेव्हा, फळात रस न घेता, आंतरिकदृष्ट्या आनंदी राहून, ईश्वराच्या इच्छेनुसार (हुकुमानुसार) कर्म केलं जातं, तेव्हा ते कर्म यज्ञ बनतं. परंतु सद्यःस्थितीतील प्रत्येक मनुष्य कर्मफळामध्येच अशाप्रकारे अडकलेला आहे, की त्याच्यासाठी अकर्ता बनून कर्म करणं, हे अवघड होत चाललं आहे. म्हणून कर्मयज्ञाचा योग्य अर्थ समजून घ्या, जेणेकरून कर्मफळात न अडकता आपण निश्चिंतपणे आणि आनंदाने कर्म करू शकू. चला, एका उदाहरणाद्वारे हे समजून घेऊया.

वडील आपल्या मुलाला सांगत असतात, ''जा बाळा, बाहेर जाऊन खेळून ये. तू बाहेरून खेळून आलास ना, की मग मी तुला एक चॉकलेट देईन.'' ते ऐकून मूल म्हणतं, ''बाबा! मला तर खेळायला मिळतंय याचाच खूप आनंद आहे, त्यासाठी वरून चॉकलेट देण्याची काहीच गरज नाही.'' पाहिलंत आपण! मुलासाठी तर खेळण्याचं कर्मच सफल फल आहे, त्यामुळे दुसऱ्या कोणत्याही फळाची त्याला अपेक्षाच नव्हती. वास्तविकदृष्ट्या पाहिलं गेलं तर लहान मुलांसाठी त्यांची कम ेच त्यांच्यासाठी सफल फल असतात. त्यांना आणखी इतर कोणत्याही फळाची आवश्यकता भासत नाही. म्हणून कर्मातच आनंद सामावलेला आहे, त्यातच सफल फल दडलेलं आहे, ही समज मनुष्याने मोठं

अध्याय ३ : ११-१२

झाल्यानंतरही बाळगायला हवी.

चला, याच आकलनाच्या आधारे श्लोकाची पहिली ओळ समजून घेऊ – 'तुम्ही या यज्ञाद्वारे त्या देवतांना उन्नत करा आणि त्या देवता तुम्हाला उन्नत करतील.' वरवर पाहता ही ओळ वाचल्यानंतर असंच वाटेल, की इथे श्रीकृष्ण आपल्याला तसाच होम-हवन, यज्ञ करायला सांगत आहेत, जसा आपण आजवर पाहिला आहे. त्या यज्ञाने देवतागण खूश होतील आणि ते आपल्याला मनोवांछित फलप्राप्ती देतील. परंतु असं नाही. या गोष्टीचा सखोल अर्थ जाणून घेण्याची गरज आहे. अन्यथा, योग्य आकलनाशिवाय केला गेलेला यज्ञ, हे तर निव्वळ कर्मकांड ठरेल, इतर काहीही नाही. ही ओळ जर सध्याच्या भाषेत पुन्हा म्हटली गेली, तर ती सर्वसाधारणपणे अशी असेल–

मनुष्याने आपल्या कर्मांद्वारे निसर्ग, वनसंपदा, जंगलं, पशुपक्षी, भूमी, जलसंपत्तीचे उद्गम जसं– नदी-नाले, तलाव, समुद्र, पर्वतराजी इत्यादींची काळजी घ्यायला हवी, पर्यावरणाचं रक्षण करायला हवं. आपल्या कोणत्याही आंतरिक अथवा बाह्य कृत्याने निसर्ग अथवा अन्य कोणत्याही जीव-जंतूंना हानी पोहोचवू नये, त्यांचं नुकसान होईल असं काहीही करू नये. अशाप्रकारे सकल निसर्गसृष्टी आणि त्याच्या नियमांशी ताळमेळ साधून एकत्रितपणे एकसंधतेने विकास साधायला हवा.

मनुष्याने जर पर्यावरणाची दक्षता घेतली, तर निसर्गसुद्धा त्याची काळजी घेईल. अशाप्रकारे या जगात न कोणाला अन्नाची कमतरता भासेल, न पाण्याची; ना ऊन-पावसाची, ना भूभागाची... सर्वांकडे सर्वकाही मुबलक प्रमाणात उपलब्ध असेल. भवतू सब्ब मंगलम्, सगळ्यांचं कल्याण होईल, सर्वांना उत्तम गुणवत्तापूर्ण जीवनाचा लाभ होईल. परंतु वास्तवात आज असं घडतंय का? मनुष्य मर्यादेच्या पलीकडे लोभी आणि स्वार्थी झालेला आहे. त्याच्यातील हव्यास आणि प्रचंड

भुकेने नैसर्गिक संतुलन बिघडवून टाकलं आहे. त्याने आपल्या स्वार्थी कृत्यांनी जल, वायू, आकाश, पृथ्वी, अन्नधान्यं... सर्व काही दूषित करून ठेवलं आहे. परिणामी आजच्या मानवाला उपासमार, रोगराई, पूर, दुष्काळ, युद्ध, दहशतवाद यांसारख्या आपदा सोसाव्या लागत आहेत.

१३-१४

श्लोक अनुवाद : यज्ञात आहुती देऊन शिल्लक राहिलेले अन्न जे सेवन करतात, ते श्रेष्ठ लोक सर्व पापांपासून मुक्त होतात आणि जे पापी लोक केवळ स्वतःच्या शरीराचं पोषण होण्यासाठीच अन्न शिजवतात, ते तर पापच भक्षण करत असतात।।१३।।

सगळ्याच प्राण्यांच्या शरीरातला मूळ अंश पाणी हाच आहे. अन्नधान्याची निर्मितीही पाण्यापासूनच होते. पाणी पावसापासून मिळतं, पाऊस यज्ञामुळे पडतो आणि यज्ञ हा आपल्या सुयोग्य कर्मांमुळे घडतो।।१४।।

गीतार्थ : श्रीकृष्णांनी वर्णन केलेल्या 'यज्ञ' या शब्दाचा सहज-सुलभ अर्थ लक्षात घेतला, तर तो अशा प्रकारचा असेल - 'तुम्ही स्वार्थाचा त्याग करून इतर सर्वांची काळजी घ्या, म्हणजे त्या सर्व गोष्टी तुमची काळजी घेऊ लागतील. अशाप्रकारे सर्वांचा विकास होईल, सगळ्यांचं कल्याण, मंगल होईल.' इथे इतर सर्व गोष्टींमध्ये निसर्ग (पर्यावरण, वृक्ष-वल्ली, जल संसाधनं, धरित्री, जीव-जंतू, जंगलं... इत्यादी) आणि अन्य सर्व मानवप्राणी यांचा समावेश होतो.

सकल सृष्टी ही ईश्वराद्वारे रचलेला यज्ञ करत आहे, म्हणजेच निःस्वार्थीपणाने जीवन जगत आहे. सूर्य कोणताही मोबदला न मागता, कुठल्याही भेदभावाशिवाय, सर्वांना सूर्यप्रकाश देत आहे. श्वासोच्छ्वासासाठी आवश्यक असणारी हवादेखील सर्वांना मोफतच उपलब्ध आहे. फुलामुळे सुगंध मिळतो. 'आपण सुगंध दिला, तर

अध्याय ३ : १३-१४

आपल्यालाही काही मिळू शकेल,' असं त्या फुलाला कधीही वाटत नाही. जवळ कोणी असो अथवा नसो, फूल तर आपला सुगंध पसरवतच राहतं. कोणी त्याला तोडलं, तरी ते त्याच्या हातांनाही सुगंधित करत राहतं. त्याच्याकडे शत्रू-मित्र असा भेदभाव असत नाही.

श्रीकृष्ण म्हणतात, ''यज्ञ करून शिल्लक राहिलेलं अन्न खाणारे श्रेष्ठ पुरुष सर्व प्रकारच्या पापांपासून मुक्त होतात.'' चला, या ओळीचा आशय लक्षात घेऊया.

यज्ञ म्हणजे अव्यक्तिगत कर्म जीवन... निःस्वार्थ सेवाभावी जीवन... आधी इतरांचा विचार करायचा, मग स्वतःबाबतचा... असं जीवन जगत असताना मनुष्य प्रत्येक पापापासून मुक्त राहतो. वास्तविक जिथे वैयक्तिक इच्छा-आकांक्षा आणि स्वार्थ दडलेला नाही, ते पुण्यकर्म आहे आणि जिथे स्वार्थ, कर्तेपणाचा अहंभाव आणि वैयक्तिक इच्छा-आकांक्षा आहेत, आधी मी... आधी माझं व्हायला हवं असे भाव आहेत, ते पापकर्म होय. म्हणून श्रीकृष्ण म्हणतात, 'जे पापी लोक आपलं शरीर-पोषण करण्यासाठीच अन्न शिजवतात, ते तर पापच खात आहेत.'

पापाकडून पुण्याच्या दिशेने जर मार्गक्रमण करायचं असेल, तर त्यासाठी आधी आपल्या कर्मांना निःस्वार्थ सेवा बनवावं लागेल. यासाठी विशेष काही करावं लागत नाही. आपलं प्रत्येक कर्म हे सेवेचं रूप धारण करू शकतं, फक्त त्यासाठी आपल्याला त्या कर्माबरोबर सेवेची समज जोडावी लागेल. कर्माशी सेवाभाव जुळताच कर्म स्वतःच सेवा बनून जातं.

श्रीकृष्ण पुढे म्हणतात, ''या सृष्टीमध्ये एक चक्र अव्याहतपणे सुरू आहे, ज्यात सर्वच जण कोणत्या न् कोणत्या रूपाने एकमेकांशी संलग्न आहेत. सर्वच जण परस्परांवर अवलंबून आहेत. म्हणून कोण्या एखाद्याच्या कुकर्मांचा परिणाम सर्वांवरच होऊ शकतो आणि एखाद्याच्या

अध्याय ३ : १३-१४

शुभकर्मांचा परिणामही सर्वांवर होऊ शकतो. आपण जे पेराल, त्याचीच कापणी कराल. म्हणजेच जसं कर्म कराल, तसंच फळ फिरून पुन्हा आपल्यापर्यंत पोहोचेल. म्हणून कर्माच्या पातळीवरच प्रत्येक गोष्टीला सुव्यवस्थित करून घ्यायला हवं, म्हणजे भविष्यात पश्चात्ताप करण्याची वेळ येणार नाही.''

इथे पापकर्मांकडून पुण्यकर्मांकडे तर वळलात; पण आपल्याला आता केवळ इथेच थांबायचं नाही. लक्षात ठेवा, आपलं ध्येय ही यापुढील अवस्था आहे. पाप-पुण्याहून पुढे जाऊन आपल्याला अकर्म करायचं आहे. पुण्यकर्म करत असतानाही कर्तेपणाचा त्याग करून, त्याचं श्रेय स्वतःकडे घ्यायचं नाही, तरच पूर्ण मुक्ती देणारा निष्काम कर्मयोग यज्ञ साधला जाईल.

अध्याय ३ : १३-१४

● मनन प्रश्न :

१. ईश्वराने या निसर्गात आपल्यासाठी अशा कोणकोणत्या गोष्टी बनवलेल्या आहेत, ज्या आपल्याला निःशुल्क उपलब्ध आहेत आणि ज्यांच्याशिवाय आपलं आयुष्य जगता येऊ शकत नाही? आपण त्या गोष्टींबाबत कधी ईश्वराला धन्यवाद दिले आहेत का? यावर मनन करा.

२. आपण आपल्या पर्यावरणाबाबत किती दक्ष आहोत? आपण पाण्याची बचत करतो का? आपण आपल्या परिसरात वृक्ष लागवड करून त्यांची जोपासना केली आहे का?

भाग ३

कर्मरहस्य - II

|| १५-२० ||

अध्याय ३

कर्म ब्रह्मोद्भवं विद्धि ब्रह्माक्षरसमुद्भवम् । तस्मात्सर्वगतं ब्रह्म नित्यं यज्ञे प्रतिष्ठितम् ।।१५।।

एवं प्रवर्तितं चक्रं नानुवर्तयतीह यः । अघायुरिन्द्रियारामो मोघं पार्थ स जीवति।।१६ ।।

यस्त्वात्मरतिरेव स्यादात्मतृप्तश्च मानवः । आत्मन्येव च सन्तुष्टस्तस्य कार्यं न विद्यते।।१७ ।।

नैव तस्य कृतेनार्थो नाकृतेनेह कश्चन । न चास्य सर्वभूतेषु कश्चिदर्थव्यपाश्रयः ।।१८ ।।

तस्मादसक्तः सततं कार्यं कर्म समाचर । असक्तो ह्याचरन्कर्म परमाप्नोति पुरुषः।।१९ ।।

कर्मणैव हि संसिद्धिमास्थिता जनकादयः । लोकसंग्रहमेवापि सम्पश्यन्कर्तुमर्हसि।।२० ।।

१५-१६

श्लोक अनुवाद : कर्मं वेदांपासून आणि वेद अविनाशी परमात्म्यापासून निर्माण झाले आहेत, त्यामुळे परमअक्षर परमात्मा सदैव यज्ञात उपस्थित आहे, हे जाण॥१५॥

हे पार्थ! जे लोक या जगातल्या सृष्टिनियमांचं पालन करत नाहीत, म्हणजेच आपली कर्मं शास्त्रानुसार करत नाहीत, ते लोक इंद्रियसुखांच्या भोगात रमून आपलं आयुष्य व्यर्थच जगतात॥१६॥

गीतार्थ : या श्लोकात श्रीकृष्णांद्वारे सांगितल्या गेलेल्या वचनास सहज-सोप्या शब्दांत सांगायचं असेल, तर ते अशाप्रकारे सांगता येईल - ही यज्ञरूपी सृष्टी ही त्या सेल्फचीच लीला आहे. वेद ही त्याचीच (सेल्फ, ईश्वर) वाणी आहे, जी ईश्वरापासून (तेजस्थानातून) प्रकट झालेली आहे आणि तोच या सृष्टिरूपाने प्रत्यक्षात अवतरला आहे. कर्मसुद्धा तोच आहे, कर्म करणाराही तोच आहे आणि वेदोक्त कर्म करण्याची पद्धतीही तोच आहे, हे वास्तव ओळखून आणि ते पूर्णपणे लक्षात घेऊन आपण स्वतःला या सृष्टिचक्राचा एक अंश समजायला हवं. त्याविरुद्ध जाऊन स्वार्थीपणे आयुष्य कंठण्याऐवजी, त्याच्याशी ताळमेळ साधून पूर्णपणे निःस्वार्थ भवनेने कर्तव्यकर्म करायला हवं.

मनुष्य जर आपली कर्मं योग्य ती समज बाळगून आणि योग्य प्रकारे करू लागला, तर कधीही कोणालाही कोणत्याही गोष्टीची कमतरता भासणार नाही. ईश्वराने या भूमंडळावर सर्व गोष्टी मुबलक प्रमाणात बनवलेल्या आहेत. कोणी जर त्यांवर मालकी हक्क गाजवला नाही, तर प्रत्येकासाठी अन्न-पाणी, धन-संपत्ती, स्वास्थ्य-निरामयता, प्रेम-माया भरपूर प्रमाणात उपलब्ध आहे. परंतु भविष्यात आपल्याला कोणती गोष्ट कमी तर पडणार नाही ना, या शंकेने लोक पैसे, प्रेम, अन्न, आनंद आपल्याकडेच रोखून धरतात, त्यांचा साठा करू लागतात. अर्जित साधन-सामग्रीचा वापर केवळ स्वतःपुरताच करू लागतात. मनुष्याने जर ही स्वामित्व हक्क गाजवण्याची वृत्ती सोडून दिली, तर सर्वांसाठी सर्वकाही भरपूर आहे, सर्व गोष्टींचा सुकाळ आहे.

म्हणून आपल्या विचारांतील संकुचितपणा सोडून द्यायला हवा. थोडक्यातच

समाधान मानण्याची काहीही गरज नाही. आपण जेव्हा म्हणतो, 'हे माझं कुटुंब आहे', तेव्हा आपण हेच सांगत असतो, की इतर लोक आपल्या कुटुंबातील सदस्य नाहीत. खरंतर 'वसुधैव कुटुंबकम' या न्यायाने सर्व जगच आपलं कुटुंब बनू शकतं. मात्र, आपण आपल्या विचारांच्या सीमारेषा पुसून टाकायला हव्यात. आपण असीम बनावं, अमर्याद विचार करावा, हीच शुभेच्छा नेहमी बाळगायला हवी.

एका जंगलात एक झोपडं होतं. रात्रीच्या वेळी त्या जंगलात घनदाट अंधार पसरत असे. त्या झोपडीचा मालक दररोज रात्रीच्या वेळी एक दिवा पेटवून आपल्या झोपडीबाहेर ठेवत असे. त्यामुळे एखादा प्रवासी यात्रेकरू रस्ता चुकून तिकडे आला, तर त्याला तो तेवत असलेला दिवा दिसे आणि तो त्याच्या झोपडीपर्यंत पोहोचत असे. तो प्रवासी तिथेच रात्रभर विश्रांती घेऊन सकाळी आपल्या दिशेने मार्गस्थ होत असे.

एके दिवशी अंधारभरल्या रात्रीच्या वेळी एक प्रवासी त्या झोपडीपर्यंत पोहोचला. नेहमीप्रमाणे मालकाने त्याला आश्रय दिला. प्रवाशाने मालकाचे खूप खूप आभार मानले. दोन लोक त्या झोपडीत आरामात झोपू शकत होते म्हणून ते दोघेही झोपले. त्याचवेळी अचानक आणखी एक वाटसरू त्या दिव्याला पाहून त्या झोपडीत येऊन पोहोचला. मालकाने त्यालाही आत येऊ दिलं. त्याने आधी आलेल्या प्रवाशाला तसंच झोपू दिलं आणि आपण स्वतः या नव्या वाटसरूबरोबर बसून राहिला, कारण त्या झोपडीत तीन माणसांना झोपण्यासाठी पुरेशी जागा नव्हती.

काही वेळ गेल्यानंतर अचानक झोपडीपर्यंत आणखी एक माणूस येऊन पोहोचला. त्याला आश्रय देण्यासाठी मालकाने पहिल्या प्रवाशाला उठून बसण्यास सांगितलं, जेणेकरून चार लोकांना झोपडीत व्यवस्थित बसता यावं.

हे पाहून त्या पहिल्या प्रवाशाच्या मनाला शंका-कुशंका घेरू

अध्याय ३ : १५-१६

लागल्या. 'आता या मालकाने आणखी कोणाला झोपडीत आश्रय देऊ नये, अन्यथा मला तर उभ्या-उभ्याच ही संपूर्ण रात्र व्यतीत करावी लागेल,' असा विचार करून त्याने त्या झोपडीच्या मालकाला सांगितलं, "तो बाहेरचा दिवा विझवून टाका, म्हणजे आणखी कोणी या झोपडीत आश्रय मागण्यासाठी येऊ शकणार नाही." यावर तो मालक त्या पहिल्या प्रवाशाला म्हणाला, "लोकांना इथे येऊन आश्रय घेता यावा, यासाठीच तर हा दिवा मी चेतवून ठेवला आहे. जर मी तसं केलं नसतं, तर तू इथवर पोहोचू शकला असतास का? तुझं काय झालं असतं? आता जेव्हा तू सुरक्षित झाला आहेस, तेव्हा इतरांचा विचार न करता आपल्याला होणाऱ्या गैरसोयीचाच विचार करतोस? आपली वेळ सावरली जाताच स्वार्थीपणा करतोस? तू जेव्हा दिवा पाहून इथवर पोहोचलास, तेव्हा तुला प्रश्न पडला नाही. तेव्हा तू असं म्हणाला नाहीस, की हा दिवा इथे का पेटवून ठेवलाय? त्यावेळी तर तू खूप खूश झाला होतास, माझे आभार मानत होतास. आता मात्र तीच गोष्ट तुला खटकते आहे."

या गोष्टीद्वारे आपण पाहिलं, की माणसाच्या विचारांत कशाप्रकारे संकुचितपणा येतो. संकुचित वृत्तीचा मनुष्य केवळ आपल्या सोयी-सुविधा पाहतो, इतरांविषयी विचार करू शकत नाही. असा संकुचित विचार करणं हे पाप आहे. अशा माणसाचं जीवन हे व्यर्थच होय.

श्रीकृष्ण म्हणतात, "मनुष्याने एकमेकांसाठी कार्य करायला हवं." अर्थात, प्रत्येक गोष्ट ही मुबलक प्रमाणात आहे, तरीही आपण स्वार्थी होऊन तुच्छ अशा विचारांनी अमूल्य गोष्टी हरवून बसतो. जेव्हा आपण देऊ लागतो, तेव्हा ती कृतज्ञता असते, त्या परमात्म्याविषयी, ज्याने आपल्याला हे सुंदर आयुष्य प्रदान केलेलं आहे.

या पृथ्वीवर आपल्याला जे काही लाभलं आहे, खरंतर ती कृपाच आहे. जसं- आपलं शरीर, आपली बुद्धिमत्ता, आपल्याला सुचणारे विचार इत्यादी. या सर्वांचा विनियोग आपण मानवजातीच्या सेवाकार्यासाठीच करायला हवा. असं न करणारा मनुष्य श्रीकृष्णांच्या मते चोर आणि पापी आहे.

याउलट असलेली समज सांगते, 'इतरांच्या सुखातच आपलं सुख सामावलेलं आहे.' आपण जेव्हा आपल्या गरजांपेक्षा वर उंचावतो, तेव्हा इतरांच्या गरजांची जाणीव आपल्याला होऊ लागते. त्यानंतरच खऱ्या अर्थाने आपल्याकडून सेवाकार्य घडू लागतं. जेव्हा आपलं जीवन अव्यक्तिगत बनतं, तेव्हाच आपण सर्वांच्या हिताचा विचार करू शकतो, तेव्हाच आपण सेवेचा आनंद उपभोगणं शिकू शकतो. इतरांच्या आयुष्यात प्रेम, पैसा, शांतता आणून आपण स्वतःसाठी अखंड प्रेम, समृद्धी आणि शांततेच्या अनुभूतीचा दरवाजा उघडत असतो.

१७-१८

श्लोक अनुवाद : परंतु जो मनुष्य आत्म्यातच रममाण, आत्म्यातच तृप्त आणि आत्म्यातच संतुष्ट असतो, त्याच्यासाठी कोणतंही कर्तव्य उरत नाही।।१७।।

त्या महापुरुषाला या जगात कर्म करण्याचं वा न करण्याचं काहीही प्रयोजन राहत नाही. तसंच संपूर्ण प्राणिमात्रातही त्याच्यात किंचितही स्वार्थाचा संबंध आढळून येत नाही।।१८।।

गीतार्थ : कर्माच्या आकलनाच्या आधारे तीन तऱ्हेच्या श्रेणींत लोकांची विभागणी केली जाऊ शकते – निम्न, मध्यम आणि उच्च. पहिल्या निम्न श्रेणीत केवळ आपला फायदा पाहून काम करणारे लोक असतात. सेवा, निःस्वार्थ भाव असे शब्द हे यांना कोऱ्या पाटीसारखेच अनाकलनीय असतात. जगात अधिकांश लोक हे या निम्न श्रेणीचेच असतात. दुसऱ्या, मध्यम श्रेणीत अशा लोकांची गणना केली जाऊ शकते, जे इतरांच्या कल्याणासाठी निःस्वार्थ भावनेने कार्यरत असतात. जग हे अशा लोकांमुळेच तरलेलं आहे. परंतु हे लोकसुद्धा आपल्या चैतन्यरूपाबाबत (आत्मस्वरूप, सेल्फ) फारसे जागृत असत नाहीत आणि त्यांच्यात आपल्या या कल्याणकारी कार्याबाबतचा कर्ताभाव दडलेला असतो.

अध्याय ३ : १७-१८

तिसरी श्रेणी ही सर्वोच्च आहे आणि या श्रेणीपर्यंत पोहोचणारा मनुष्य हा अत्यंत दुर्मीळ आहे. ही श्रेणी आहे आत्मयोगाने सिद्ध झालेल्या कर्मयोग्यांची. प्रस्तुतच्या दोन श्लोकांत श्रीकृष्ण याच श्रेणीच्या लोकांविषयी सांगत आहेत, ज्यांना श्रेष्ठ मनुष्य म्हटलं गेलं आहे.

आपल्याला याआधीच हे समजलेलं आहे, की सृष्टीचा मूलाधार हा परमात्मा (परम चैतन्य, सेल्फ) आहे. सृष्टीतील प्रत्येक प्रकट अथवा अप्रकट रूपाचं (जड, जीव, मानव, वृक्ष-वेली इत्यादी सर्वकाही) मूळ तो एक सेल्फच आहे. जसं- सुवर्णकार सोन्याची वेगवेगळी आभूषणं बनवतो. पाहणाऱ्यांना त्यांत मोहनमाळ, बोरमाळ, पाटल्या, तोडे, अंगठ्या दिसू लागतात. तसं पाहायला गेलं तर वेगवेगळ्या शैलीचे, वेगवेगळ्या जडण-घडणीचे, तसंच वेगवेगळ्या नावाचे हे दागदागिने आहेत; परंतु त्यांचं मूलतत्त्व तर सोनं हेच आहे. ते दागिने मोडून वितळवल्यानंतर पाटल्या, तोडे, अंगठ्या, माळा इत्यादी राहणार नाही, परंतु तरीही सोनं तर असणारच आहे. अशाच प्रकारे मानवाची शरीरं घडत, नष्ट होत राहतात, मात्र त्यांतील मूलतत्त्व सेल्फ चिरस्थायी राहतं.

ज्याला या सत्याची अनुभूती झाली, ज्याला हे समजलं, त्याच्यासाठी जाणून घेण्यासारखं आणखी काय शिल्लक राहणार आहे? त्याच्यासाठी हे विश्वची माझे घर, सर्व जग हे आत्मरूपच आहे, दुसरं कोणी नाहीच; तर मग त्याच्या शरीराद्वारे कोण कर्म करणार आणि कोणासाठी करणार...? सेल्फरूपी परमात्माच करणार आणि सेल्फसाठीच करणार. सेल्फ जे काही करेल, ते सृष्टिरूपी लीलेतील एक पात्र बनूनच करेल... पण आनंदासाठी करेल... आपणच रचलेली लीला पुढे चालवण्यासाठी करेल....

अशा मनुष्यासाठीच श्रीकृष्ण म्हणताहेत, 'जो मनुष्य आत्म्यातच (स्वबोध) रममाण होणारा आणि आत्म्यातच तृप्त, तसंच आत्म्यातच संतुष्ट आहे, त्याच्यासाठी कोणतंही कर्तव्य शेष राहत नाही.' आत्म्यात रममाण होणारा याचा अर्थ आहे, त्या मनुष्याला आपल्या अंतरंगातही तेच परम

चैतन्य (स्वानुभव) दिसत आहे आणि बाह्यजगतातही तेच दिसत आहे. प्रत्येक ठिकाणी, जळी-स्थळी-काष्ठी-पाषाणी, सर्वत्र त्याला त्या सर्वव्यापी सेल्फचंच दर्शन होत आहे. म्हणून असा मनुष्य सेल्फमध्येच रमलेला आहे. याव्यतिरिक्त, ज्या मनुष्याला हे समजलं, की आपणच या संपूर्ण सृष्टीचा स्वामी आहोत, तर तो दुसऱ्या कोणत्या गोष्टीची अभिलाषा बाळगेल काय? त्याला कोणत्या गोष्टीने असंतोष वाटेल काय? नाही, एक भूपती कधीही भिकाऱ्यासारखा विचार करणार नाही. तो आत्मत्वातच तृप्त आणि संतुष्ट राहील.

अशा आत्मयोगी मनुष्यासाठी कोणतंही कर्तव्यकर्म शिल्लक राहत नाही. कारण कर्म तर एखाद्या भावनेने, एखाद्या कारणाने, प्रयोजनाने आणि कोणासाठी तरी केलं जात असतं. परंतु जेव्हा कर्ताही तोच, कर्मही तोच आणि भोक्ताही तोच एकमेव सेल्फ असतो, त्याचबरोबर भावभावनाही त्या सेल्फच्याच असतात, तेव्हा कोणतंही कर्तव्य शिल्लक राहात नाही.

जसं- एक अभिनेता रंगमंचावर एका योद्ध्याची भूमिका साकारत आहे. तो योद्ध्याप्रमाणे हावभाव करत आहे, संवादफेक करत आहे, तलवार चालवतो आहे, शत्रुपक्षाविषयी भलं-बुरं बोलत आहे, त्यांच्यावर प्रहारदेखील करत आहे. परंतु त्याच्यासाठी यापैकी एकाही कर्माचं कर्मबंधन बनत नाही. कारण त्याला माहीत असतं, की हे सगळं नाटक आहे आणि आपण अभिनय करतो आहोत. त्याच्या तोंडातून वाईटसाईट संवाद निघताहेत, पण त्याचं कारण केवळ त्याला भूमिका तशी मिळाली आहे. त्याच्या मनात समोरच्या व्यक्तीविषयी कोणताही आकस नाही, उलट तो मनोमन खूश होतोय, की समोरचा मनुष्यदेखील त्याची भूमिका उत्तमपणे साकारत आहे. रागारागाने संवाद बोलताना, तलवार चालवताना त्याच्या चेहऱ्यावर क्रोधाचे भाव तर आहेत, पण आतून मात्र तो पूर्णपणे शांत आणि आनंदी आहे.

लक्षात घ्या- एक आत्मसाक्षात्कारी (स्व-अनुभव प्राप्त झालेला) मनुष्यही या जगात अनासक्त होऊन एखाद्या कुशल अभिनेत्याप्रमाणेच आपली भूमिका पार पाडत आहे, म्हणजे जीवन जगत आहे. म्हणून तो

प्रत्येक प्रकारच्या कर्मबंधनातून मुक्तच आहे, मग तो काहीही करो अथवा काही न करो.

१९-२०

श्लोक अनुवाद : म्हणूनच तू कुठल्याही आसक्तीत न अडकता योग्य तऱ्हेने तुझी कर्तव्यं पार पाडत राहा, कारण आसक्तीरहित कर्म करणारा मनुष्यच परमात्मपदाला प्राप्त करून घेतो।।१९।।

जनकासारखे विद्वान लोकसुद्धा आसक्तीरहित कर्मांद्वारेच परमसिद्धी प्राप्त करू शकले. म्हणून तसेच लोकसंग्रहाकडे दृष्टी देऊनसुद्धा तू कर्म करणंच योग्य आहे।।२०।।

गीतार्थ : आत्मयोगी श्रीकृष्ण जगाच्या रंगमंचावर स्वतःचीही भूमिका जाणतात आणि अर्जुनाचीही. त्यांना हेदेखील ठाऊक आहे, की अर्जुनाला गीता ऐकवून, त्यांना फक्त अर्जुनासाठीच नव्हे, तर जगातील सर्व मानवजातीसाठी सत्याचा मार्ग प्रशस्त करायचा आहे. त्यासाठीच ते अर्जुनाला युद्धभूमीवरही सर्व प्रकारे ज्ञान प्रदान करत आहेत. अर्जुनाने आपली या पृथ्वीजीवनातील भूमिका समजून घेऊन अथवा समजली नाही तरी, पार पाडायलाच हवी, जेणेकरून पुढील दृश्य दृष्टिपथात येऊ शकेल, अशी त्यांची इच्छा होती.

युद्ध सुरू झालं, तरच त्याचा अंत होऊ शकेल. युद्धाच्या सांगतेबरोबरच धर्माचा विजय आणि अधर्माचा नाश होऊ शकेल आणि हे दृश्य साकारण्यासाठी अर्जुनाने आपली योद्ध्याची भूमिका प्रामाणिकपणे पार पाडणं गरजेचं होतं. त्यामुळे श्रीकृष्ण अर्जुनाला सांगतात, "वाटल्यास आत्मयोगी बनून युद्ध कर किंवा कर्मयोगी बनून युद्ध कर... वाटल्यास याला केवळ आपलं कर्तव्य समजून युद्ध कर... तेही जमत नसेल, तर याला माझी आज्ञा समजून युद्ध कर... पण युद्ध तर तू करायलाच हवं."

अध्याय ३ : १९-२०

श्रीकृष्णाने अर्जुनाला जनक राजाचंही उदाहरण दिलं. जनक राजाने आपले गुरू अष्टावक्र यांच्याकडून आत्मज्ञान प्राप्त करून आणि अनुभवाच्या कसोटीवर ते स्वतःमध्ये पुरेपूर उतरवून, इहलोकातील आपली भूमिका पूर्णपणे आसक्तीरहित होऊन आणि आत्मानुभवात स्थित होऊन पार पाडली. म्हणून त्यांना आदर्श गृहस्थाश्रमी असंदेखील म्हटलं जातं. श्रीकृष्णांची अर्जुनाकडूनही हीच अपेक्षा आहे, की त्यानेसुद्धा राजा जनकांप्रमाणेच या रंगमंचरूपी जगात ईश्वरी मायेच्या चाललेल्या खेळाला समजून घ्यावं, तो खेळ खेळावा; परंतु त्यात आसक्त होऊ नये.

वास्तविक या जगतरूपी रंगमंचावर सर्वकाही स्वचलित, स्वघटित होत आहे. घटना स्वतःच घडत आहेत. परंतु आपण स्वतःला कर्ता मानून जगत असल्याने त्या आपल्याला त्याचं ओझं वाटतं. आयुष्य खूप सुंदररीत्या चाललेलं आहे. पण आपल्याला त्याचं रहस्य माहीत नसतं म्हणून एक प्रकारचं ओझं घेऊन आपण जगत असतो. घटना तर घडतच आहेत, शरीराला हलवलं जात आहे, त्याच्याकडून काम करून घेतलं जात आहे. उदाहरणार्थ, परीक्षेच्या आधी मुलाला भीती वाटू लागते म्हणून ते अभ्यास करू लागतं. परंतु ही भीती कुठून येते? शरीराकडून अभ्यास करवून घेण्यासाठी भीतिदायक विचार दिले जात असतात.

विचार आणि कर्मांतील हा संबंध समजून घेणंही खूपच गरजेचं आहे. 'युद्ध न करणंही तुझ्या हातात नाही. जंगलात जाऊन बघ काय होतं ते, तू पुन्हा पळून युद्धभूमीवरच येशील. तुझ्याकडून युद्ध व्हायचं असेल, तर ते होणारच. जंगलातसुद्धा असे प्रबळ विचार तुला येतील, ज्यायोगे तू पुन्हा पळून इथेच येशील,' असं जर भगवान श्रीकृष्ण अर्जुनाला आधीच म्हणाले असते तर? परंतु भगवान श्रीकृष्णांनी सुरुवातीलाच असं सांगितलं नाही, कारण त्यांना केवळ अर्जुनालाच नव्हे, तर त्याच्या निमित्ताने संपूर्ण विश्वभराला गीतोपदेश द्यायचा होता. त्यासाठी श्रीकृष्ण अर्जुनाला एकेका क्रमाक्रमाने ज्ञान देत आहेत.

जी काही कर्तव्यं सेल्फला आपल्या शरीराद्वारे करून घ्यायची आहेत, त्यासाठी पोषक असणारे विचार आपल्याला देऊन ती ते आपल्याकडून करून घेणारच. जसं, आईने कितीही ठरवलं, की 'आपण या मुलाकडे आता लक्षच द्यायचं नाही,' तरी त्या मातेला आतूनच मुलाविषयी जोरदार विचार दिले जातात आणि ती त्या मुलाची देखभाल करू लागते. ते विचार तिच्या शरीराला जागृत करू लागतात, तिला आपल्या जागेवरून उठवू लागतात. ती जर हट्टाने जागची हललीच नाही, तर ते विचार सतत तिला त्रस्त करत राहतात. तिने त्या मुलाची देखभाल करावी, काळजी घ्यावी, त्यासाठी आपल्या जागेवरून उठावं, यासाठी ते तिला विवश करून टाकतात.

सेल्फद्वारे प्रेरित अशा विचारांना सहज विचार असंदेखील म्हणता येऊ शकतं, जे आपल्याकडून योग्य कर्मं करवून घेतात. परंतु समस्या हीच आहे, की आपल्या शरीरात सेल्फबरोबरच एक अहंदेखील (अहंकार, तोलूमन) असतो, जो सातत्याने तुलना करून, मनातील या सहज विचारांना दाबून टाकतो.

जसं, सकाळी लवकर उठून निवांतपणे उत्साहाने ध्यानसाधना करता यावी म्हणून रात्री झोपताना आपण अलार्म लावून ठेवतो. पहाटे अलार्म वाजू लागतो, तेव्हा सहज मनातून विचार येतो, 'चला, उठा आता, अंथरूण सोडा.' परंतु त्याचवेळी तुलनात्मक मनाचे विचार सुरू होतात, 'अरे! अजून खूप वेळ आहे. आणखी थोडावेळ झोपूया. झोप जर पूर्ण झाली नाही, तर दिवसभर आळस राहील आणि कोणतंच काम योग्यप्रकारे होऊ शकणार नाही. आजचा दिवस आणखी थोडावेळ झोपूया. उद्यापासून लवकर उठू...! अशाप्रकारे तुलनात्मक मनातील विचार सेल्फचा आवाज दाबून टाकतात.

जे लोक सेल्फच्या सहज विचारांशी कटिबद्ध राहून त्यानुसारच आयुष्य जगतात, त्यांच्या शरीराद्वारे सेल्फचीच अभिव्यक्ती होत असते. तुलनात्मक मनाच्या आहारी जाणारे लोक मात्र अहंकाराचीच अभिव्यक्ती साकारत असतात. आपण जेव्हा स्वतःला कर्ता न समजता त्या सेल्फद्वारे

सोपवलं गेलेलं काम सहजतेने करू लागाल आणि साक्षीभावाने स्वतःकडून घडणाऱ्या त्या घटनांकडे पाहू लागाल, तेव्हा आपल्याला छोट्या-छोट्या घटनांमधूनही आनंद मिळण्यास सुरुवात होते. अशावेळी आपलं सर्व कामकाज तसंच चालतं, जसं पूर्वी चालत होतं. उलट ते अधिकाधिक सहज-सुलभ होऊ लागतं. लक्षात ठेवा, जगातील सर्वोत्कृष्ट गोष्टी या सहज मनाचाच आविष्कार आहेत.

आपल्या अंतरंगात सुरू असलेले कोणते विचार सेल्फचे आहेत आणि कोणते तुलनात्मक मनाचे, याची पडताळणी करणं तेव्हाच शक्य होतं, जेव्हा आपल्याला सत्याची समज प्राप्त होऊन आपण ती आपल्या आयुष्यात उतरवण्याचा प्रयत्न करू लागतो.

• मनन प्रश्न :

१. 'एक तीळ सात जणांत मिळून खाणं' या म्हणीवर विचार करा. आपण आपली सुख-साधनं आणि यशस्वितेत इतरांना सहभागी करून घेता का?

२. 'हे जग म्हणजे एक रंगमंच आहे आणि आपण सर्व त्या रंगमंचावरील पात्रं आहोत,' या वाक्याची सखोलता आपल्या लक्षात आली आहे का?

३. आपल्याद्वारे घडत असलेल्या कर्मांबाबत कोणतीही आसक्ती न ठेवता आपण त्यांकडे केवळ एका प्रेक्षकाप्रमाणे पाहण्याचा प्रयत्न करता का? 'माझ्याकडून जे कार्य घडतं आहे, ते केवळ या शरीराद्वारे घडतं आहे. मी तर केवळ प्रेक्षक आहे,' असं कधी आपण स्वतःला सांगता का?

भाग ४
नायक आणि आदर्श कर्म
॥ २१-२६ ॥

अध्याय ३

कयद्यदाचरति श्रेष्ठस्तत्तदेवेतरो जनः । स यत्प्रमाणं कुरुते लोकस्तदनुवर्तते । ।२१ ।।

न मे पार्थास्ति कर्तव्यं त्रिषु लोकेषु किंचन । नानवाप्तमवाप्तव्यं वर्त एव च कर्मणि ।।२२ ।।

यदि ह्यहं न वर्तेयं जातु कर्मण्यतन्द्रितः । मम वर्त्मानुवर्तन्ते मनुष्याः पार्थ सर्वशः।।२३ ।।

यदि उत्सीदेयुरिमे लोका न कुर्यां कर्म चेदहम्। संकरस्य च कर्ता स्यामुपहन्यामिमाः प्रजाः।।२४ ।।

सक्ताः कर्मण्यविद्वांसो यथा कुर्वन्ति भारत । कुर्याद्विद्वांस्तथासक्तश्चिकीर्षुर्लोकसंग्रहम् ।।२५ ।।

न बुद्धिभेदं जनयेदज्ञानां कर्मसङ्गिनाम् । जोषयेत्सर्वकर्माणि विद्वान्युक्तः समाचरन् ।।२६ ।।

२१

श्लोक अनुवाद : श्रेष्ठ पुरुष ज्याप्रमाणे आचरण करतात, त्याप्रमाणे इतर लोकही त्यांचं अनुकरण करतात. ते जे काही प्रमाण म्हणून सांगतात, त्याचप्रमाणे सर्व लोक आपली वर्तणूक ठेवतात॥२१॥

गीतार्थ : ज्या मनुष्याला 'अहं ब्रह्मास्मि', आपणच सेल्फ आहोत, अशी स्वतःची ओळख गवसली, आत्मसाक्षात्कार झाला, की मग त्याला जाणून घेण्यासाठी, समजण्यासाठी आणि करण्यासाठी शिल्लक काही राहातच नाही. परंतु तरीही अशा महान असामी जगात इतरांना शिकवण्यासाठी, बोध देण्यासाठी, इतरांच्या आध्यात्मिक विकासात आणि परमेश्वराच्या लीलेत सहभाग नोंदवण्यासाठी अज्ञानी मनुष्यासारखंच संघर्षमय आयुष्य जगत राहतात.

आपण भगवान श्रीरामांचं जीवनचरित्र पाहा; येशू ख्रिस्त, गौतम बुद्ध, संत ज्ञानेश्वर, स्वामी विवेकानंद... यांसारख्या विभूतींचं संघर्षमय आयुष्य पाहा... संत तुकाराम, संत कबीर, संत रोहिदास, गुरू नानक इत्यादी संतांचं प्रापंचिक आयुष्य पाहा... हे सर्वच महात्मे महान कर्मयोगी होते. आत्मसाक्षात्कार झाल्यानंतर ते हातावर हात ठेवून स्वस्थ, निवांत बसले आणि हा भवसागर पार करून गेले, असं तर झालं नाही. शेवटच्या श्वासापर्यंत ते मानवजातीचं दुःख दूर करून त्यांचा आध्यात्मिक विकास साधण्यासाठी, त्यांच्या कल्याणासाठी हाल-अपेष्टा सहन करूनही कर्म करतच राहिले. त्यांच्यामुळेच खरंतर आजवर असंख्य लोक सत्यमार्गावर अग्रेसर होऊ शकले आहेत. हे सर्वच लोक स्थितप्रज्ञ होते. बाहेर कितीही वादळ घोंगावत असलं, तरी त्यांची आंतरिक अवस्था शांत आणि आपल्या केंद्रस्थानी (सेल्फवर) स्थित होती.

याव्यतिरिक्तही समाजात जे लोक नेतृत्व करत असतात, जे समाजाचे आदर्श प्रतिनिधी गणले जातात, त्यांचीही समाजाप्रती अधिक जबाबदारी असते. कारण समाजमन त्यांच्या आचार-विचार-व्यवहाराने प्रभावित झालेलं असतं. कळत-नकळत लोक त्यांचं अनुकरण करत असतात. अशा आदर्श व्यक्तिमत्त्वांमध्ये अशी

शक्ती असते, की ते अल्पावधीतच लोकांना सकारात्मक अथवा नकारात्मक कृती करण्यासाठी प्रेरित करू शकतात.

गांधीजींनी किती लोकांना अहिंसेचा मार्ग दाखवला... सचिन तेंडुलकर, पी. टी. उषा यांसारख्या खेळाडूंनी किती मुलांच्या मनात जागतिक पातळीवरील खेळाडू बनण्याची स्वप्नं जागवली. डॉ. एपीजे अब्दुल कलाम यांचं जीवनचरित्र वाचून भारावलेले कित्येक तरुण शास्त्रज्ञ बनले आणि त्यांना त्यांच्यासारखीच साधी राहणी उच्च विचार बाळगण्याची प्रेरणा मिळाली.

तसंच, काही प्रसिद्ध लोक असेही आहेत, जे धूम्रपान करत असत. त्यांचं अनुकरण करणाऱ्या चाहत्यांनी त्यांची सिगारेट ओढण्याची स्टाइल स्वीकारण्याच्या नादात धूम्रपानास सुरुवात केली आणि आपल्या प्रकृतीचा खेळखंडोबा करून घेतला. म्हणून श्रीकृष्ण अर्जुनाला यादृष्टीनेही समजावत आहेत, की तो जगातील सर्वश्रेष्ठ, सव्यसाची धनुर्धारी आहे. अनेक योद्धे त्याला आपला आदर्श मानतात. अशा महान योद्ध्याने मोह आणि शोकाने व्याकूळ झाल्यामुळे लढल्याशिवायच युद्धभूमीवरून पळ काढला, तर तो त्यांच्यासमोर कोणता आदर्श ठेवेल, त्यांना यातून काय शिकवण देईल? सांगण्याचा मथितार्थ, समाज ज्या लोकांचं अनुकरण करतो, त्यांनी समाजाप्रती आपली नैतिक जबाबदारी ओळखून आपली कर्तव्यं उत्तमरीत्या पार पाडायला हवीत.

ही तर झाली आदर्शांची (रोल मॉडेल) गोष्ट. जर अनुयायांच्या (फॉलोअर) दृष्टिकोनातून पाहिलं, तरी त्यांनी सर्वांत आधी स्वतःला विचारायला हवं, की 'मला आपल्या आयुष्यात काय अपेक्षित आहे... मला काय बनावंसं वाटतं? आपण तेच बनाल, ज्याचं अनुकरण कराल.

काही लोकांच्या कर्मांना यज्ञस्वरूप प्राप्त होऊ शकत नाही. म्हणजे कर्म करते वेळी ते आनंदी आणि अनासक्त राहू शकत नाहीत. कारण त्यांची

इष्टदेवता अथवा त्यांचा आदर्श, त्यांचं प्रेरणास्थान स्वतःच कर्मयोगी नसतं. संत मीराबाईंची पदरचना तर आपण ऐकलीच असेल. त्या म्हणतात, 'मेरे तो (समोरच्या व्यक्तीतही) गिरिधर गोपाल, दूसरों न कोई।' मीराबाईंच्या प्रत्येक विचारात, प्रत्येक कर्मात गिरिधर गोपालच वसलेला असे, त्यामुळेच त्यांचं प्रत्येक कर्म यज्ञस्वरूप बनत असे. सांगण्याचा मथितार्थ, मीराबाईंचे भावच कृष्णस्वरूप होते. त्या नेहमी त्यांच्याविषयीच विचार करत असत. त्यांच्या भजनांमध्येही गिरिधर गोपालाचंच गुणगान असे आणि त्यांच्या क्रियाही श्रीकृष्णासाठीच होत असत, त्यालाच समर्पित असत. अशाप्रकारे त्यांचे भाव, विचार आणि वाणी एकरूप झालेली होती आणि त्या आनंदाने ईश्वराच्या हुकुमानुसार चालत असत. म्हणून त्यांच्याद्वारे केल्या गेलेल्या कर्मांनी यज्ञाचं स्वरूप धारण केलं. त्यामुळे त्यांचं आयुष्य अनेकाअनेकांसाठी दीपस्तंभ ठरलं.

अगदी याचप्रकारे हनुमंतांच्या कर्मांनी यज्ञस्वरूप धारण केलं, कारण त्यांचे भाव, विचार, वाणी आणि क्रिया श्रीरामांचं अनुकरण करत असत. ते रामरंगी रंगले होते, राममय झाले होते. म्हणून श्रीराम जसे कर्मयोगी होते, तसेच हनुमंतही बनले.

आता आपण सजगतेने स्वतःलाच प्रश्न विचारा, 'आपण आपल्या आयुष्यात कोणाला आदर्श मानतो?' पुष्कळशा चांगल्या लोकांच्या सहवासात असतानाही, ज्यांच्यावर आपली पूर्ण निष्ठा आहे, त्यांच्या आधारावरच हे निश्चित होऊ शकेल, की आपण कोण बनू शकाल, आपली कर्मं कशी असू शकतील, आपलं भविष्य कसं असू शकेल आणि आपला अंत कसा होईल, म्हणजे आपण चेतनेच्या कोणत्या अवस्थेत, कोणत्या पातळीवर या शरीराचा त्याग कराल. जोवर लोकांच्या बाह्यगोष्टी आणि विचार यांच्यात ताळमेळ साधला जात नाही, तोपर्यंत ते अकर्ता होऊन कर्म करू शकत नाहीत, त्यांची कर्मं यज्ञस्वरूप होऊ शकत नाहीत.

जसं, घरातील महिला आपल्या पतीला म्हणते, ''तुम्ही माझ्यासाठी खूपच महत्त्वाचे आहात.'' परंतु मनातून तिला माहीत असतं, की दररोज सकाळी घरकाम करण्यासाठी येणारी बाई, हीच आपल्यासाठी सगळ्यात महत्त्वाची आहे, तिच्या येण्यामुळेच आपला सगळा दिवस उत्साहात जातो. घरकाम करणारी बाई ही एक दिवस जरी येऊ शकली नाही, तरी त्या गृहिणीला सर्वांत जास्त त्रास होत असतो.

अशाप्रकारे कित्येक ठिकाणी हे पाहता येऊ शकतं, की मनुष्याची कर्मं यज्ञस्वरूप होऊ शकत नाहीत. अशावेळी स्वतःलाच विचारायला हवं, की 'मी आयुष्यात कोणाला आदर्श मानतो?' या प्रश्नाबरोबरच सावध होऊन आपले भाव, विचार, वाणी आणि क्रिया यांना एकरूप करायला हवं, जेणेकरून आपलं प्रत्येक कर्म यज्ञच ठरावं.

२२-२४

श्लोक अनुवाद : हे अर्जुना! मला या तिन्ही लोकांमध्ये कुठलंही कर्तव्य नाही आणि कुठलीही वस्तू अशी नाही जी मला अप्राप्त आहे, तरीही मी कर्तव्य कर्मं करतच असतो।।२२।।

हे पार्था, मी जर कर्मं केली नाहीत, तर खूप मोठं नुकसान होईल, कारण सर्व मनुष्य समुदाय हा सर्वार्थाने माझंच अनुकरण करत असतो।।२३।।

म्हणून मी जर कर्मं केली नाहीत, तर सर्व मानव समुदाय भ्रष्ट बनेल आणि मी संकराचं कारण होईन, तसंच या सगळ्या प्रजेचा घात करण्यासही कारणीभूत ठरेन।।२४।।

गीतार्थ : श्रीकृष्णाला विष्णूचा अर्थात् ईश्वराचा अवतार म्हटलं जातं. म्हणजेच त्यांच्या शरीरात अहंभावाला अणुमात्रही स्थान नाही. तिथे संपूर्णपणे, अगदी शंभर टक्के सेल्फकडूनच अभिव्यक्ती होत आहे. इथे श्रीकृष्ण

जेव्हा स्वतःला 'मी' असं संबोधित करतात, तेव्हा ते 'मी' श्रीकृष्णाने धारण केलेल्या शरीराला नव्हे, तर त्या सेल्फ अथवा परम चैतन्यालाच ते 'मी' असं संबोधत आहेत. त्यांच्या या मर्त्य शरीराद्वारे प्रत्यक्ष तो परब्रह्म परमात्माच गीताज्ञान ऐकवत आहे.

आता श्रीकृष्ण (सेल्फ) अर्जुनाला स्वतःचं उदाहरण देत सांगत आहेत, "तिन्ही लोकांत (भूलोक, स्वर्गलोक, पाताळलोक) माझं स्वतःचं असं काहीही कर्तव्य नाही, तरीही मी कर्म करतो आहे. कारण जे लोक हे पाहताहेत, त्यांना चुकीची प्रेरणा मिळू नये." श्रीकृष्ण जर आपली सर्व कर्तव्यकर्मं पार पाडत आहेत, तर आपणही आपली कर्तव्यं प्रामाणिकपणे आणि निष्ठेने पार पाडायलाच हवीत, अशीच प्रेरणा त्यांना सतत मिळायला हवी.

सेल्फद्वारे जे काही कर्म होत आहे, ती त्याची अभिव्यक्ती आहे. इथे 'कर्तव्य' अथवा 'जे कर्म घडत आहे' ते लोकांकरिता आहे. लोकांसमोर एक आदर्श उदाहरण ठेवण्यासाठी आहे. जसं – गरज नसतानाही आपण मुलांसमोर काही काम करत असतो, काही शिष्टाचार पाळत असतो. आपण त्यांना एकेरी संबोधण्याऐवजी आदरार्थी बोलत असतो. कारण मुलांना त्यापासून प्रेरणा मिळावी आणि त्यांनीही इतरांचा आदर राखून बोलायला शिकावं.

गरज नसतानाही आपण जर मुलांसमोर ध्यानस्थ बसाल, तर आपलं पाहून मुलंही शिकू शकतील, की 'माझे आई–बाबा जर ध्यानस्थ बसतात, तर मीदेखील तसं करायला हवं.' याचसाठी श्रीकृष्ण सांगत आहेत, की ते जे काही कर्म करत आहेत, ते सर्व काही करण्याची त्यांना काहीही गरज नाही, त्याच्याशी त्यांचा काहीही संबंध नाही, ते तर आधीपासूनच कर्मातून मुक्त आहेत. परंतु त्यांनी जर असं केलं नाही, तर लोक म्हणतील, 'हा स्वतःतर काहीच करत नाही आणि आम्हाला सांगतो आहे, हे करा... ते करा... आम्ही तरी का बरं कर्म करावं?'

'प्रत्येकाने आपलं कर्तव्यकर्म करत राहायला हवं,' हीच शिकवण श्रीकृष्णांनी जगाला दिली. प्रत्येक मनुष्याच्या वाट्याला कोणतं न् कोणतं कर्तव्यकर्म आलेलं असतं. जसं - क्षत्रियाची संरक्षणाची कर्मं, ब्राह्मणाची पूजा-अर्चादी कर्मं, वैश्याची व्यापार-उदिमाची कर्मं अथवा शूद्राची सेवाकर्मं... प्रत्येकाला जे कर्म मिळालेलं आहे, त्याने ते कर्तव्यभावनेने आणि प्रामाणिकपणे पार पाडायला हवं. सध्याच्या भाषेत सांगायचं झालं तर - एखादा विद्यार्थी असेल, गृहिणी असेल, अधिकारी असेल अथवा कार्यालयीन कर्मचारी असेल, त्या सर्वांनी आपापली कामं कर्तव्यभावनेने पार पाडायला हवीत.

श्रीकृष्णांकडून लोकांनी कर्म करण्याची प्रेरणा घ्यावी. जे कर्म होत आहे, केलं जात आहे, ती तर ईश्वराची अभिव्यक्ती आहे. ईश्वराद्वारे केलं जाणारं हे कर्म लोकांसाठीच, लोककल्याणासाठीच केलं जात आहे. ईश्वर स्वतःतर प्रत्येक कर्मापासून व भाग्यापासून मुक्त आहे आणि सेल्फच्या दृष्टिकोनातून पाहिलं गेलं, तर तिथे मुळातच कर्माची कोणती भाषाच नाही आहे. तिथे तर फक्त स्वतःला अभिव्यक्त करण्याचं कार्य आहे, जे केवळ भक्तांसाठीच (स्वानंदासाठीच- स्वतःसाठीच) केलं जात आहे. हीच ईश्वराची ओळख आहे, हाच त्याचा गुण आहे.

जी क्रिया स्वाभाविकपणे होते, तिला कर्म म्हणता येत नाही. जसं- पाण्याने ओलं होतं, म्हणून ओलं करणं हे काही पाण्याचं कर्म नाही, तो तर त्याचा मूळ स्वभावधर्मच आहे. अगदी अशाच प्रकारे ईश्वरही अभिव्यक्त होत असतो, ते त्याचं कर्म नाही, तर तो ईश्वरीय स्वभाव आहे.

बाह्यदर्शनी क्रियाकर्मांवरून कोणताही अंदाज बांधता येत नाही, की श्रीकृष्णांची अकर्मावस्था कशाप्रकारची होती. ते कर्म करत असतानाही अकर्मावस्थेत होते आणि कर्म करत नसतानाही सकर्मावस्थेत होते. म्हणजेच, आपल्याला असं भासतं, की ईश्वर कोणतंही कार्य करत नाही;

परंतु प्रत्यक्षात पाहायला गेलं, तर प्रत्येक कार्य हे त्याच्याकडूनच होत आहे, पण तो कोणत्याही गोष्टीचं फळ मात्र स्वीकारत नाही. केवळ त्याच्या उपस्थितीमुळेच चराचर सृष्टीतील सर्व कार्यं अघटितपणे घडू लागतात. ही अवस्था प्राप्त होण्यासाठी तिथे कशाप्रकारची प्रज्ञा असेल, तिथून या अवस्थेकडे कसं पाहिलं जात असेल, हे प्रश्न तर मनन करण्यायोग्य असेच आहेत. वास्तविकदृष्ट्या पाहू गेल्यास ईश्वर सर्व कर्मं करत असतानाही अकर्ता आहे आणि कर्म न करताही तोच कर्ता आहे.

२५-२६

श्लोक अनुवाद : हे भारत! कर्मांत आसक्त असलेले अज्ञानी लोक ज्याप्रकारे कर्म करत असतात, त्याचप्रकारे आसक्तीरहित असलेल्या विद्वानांनीही लोककल्याणाकरिता कर्मं करावीत।।२५।।

परमात्मस्वरूपात स्थित झालेल्या ज्ञानी मनुष्याने शास्त्रविहित कर्मांत आसक्त असलेल्या अज्ञानी लोकांच्या बुद्धीत भ्रम, म्हणजेच कर्मांविषयी अश्रद्धा निर्माण करू नये, तर याउलट स्वतःही शास्त्रविहित कर्मं योग्यप्रकारे करत राहून, त्यांच्याकडूनही तशीच कर्मं करून घ्यावीत।।२६।।

गीतार्थ : श्रीकृष्ण अर्जुनाला सांगत आहेत, की जगताचा हा पसारा असाच मांडलेला राहावा, हा खेळ असाच सुरू राहावा, म्हणून प्रत्येक मनुष्याने कर्तव्यकर्मं तर करतच राहायला हवं. मग तो आत्मसाक्षात्कारी योगी पुरुष असो, वा या जगताच्या मोहमायाजालात गुरफटलेला प्रापंचिक मनुष्य असो. कोणीही कर्तव्य करण्याचं सोडू नये. महत्त्वाची आहे ती केवळ कर्तव्यकर्म करत असताना त्यामागे असलेली भावना आणि त्यात असलेली समज. आत्मसाक्षात्कारी मनुष्याला माहीत असतं, की हे जग म्हणजे त्या परमेश्वराची केवळ एक लीला आहे आणि तोच आपल्या शरीराला निमित्त बनून कर्म करत आहे. या आकलनामुळेच तो आपली सर्व कर्मं भक्ती आणि

सेवा समजूनच करत राहतो. म्हणूनच तो कोणत्याही फळाचा विचार न करता मोठ्या आनंदाने आपलं कर्म करत राहतो. फळ कोणतंही आणि कसंही मिळालं तरी तो दुःखीही होत नाही आणि सुखीही... बस, सदोदित केवळ आनंदात रममाण होऊन राहतो.

तीच कर्मं करत असताना आसक्त, अज्ञानी मनुष्य मात्र ताण-तणाव, सुख-दुःख, आशा-निराशा यांच्या हिंदोळ्यांवर इतके हेलकावे घेत असतो, की तो कर्म करण्याचा आनंदच उपभोगू शकत नाही.

चला तर मग, अनासक्त कर्मयोगी आणि आसक्त कर्मकर्ता यांच्यातील फरक एका उदाहरणाद्वारे समजून घेऊ या. एकदा काही मुलं आपल्या बाहुला-बाहुलीच्या लग्नाचं आयोजन करत होती. मुलं या आयोजनात भावनात्मकदृष्ट्या खूपच गुंतलेली होती. त्यामुळे सर्व विधी निर्विघ्नपणे पार पडावेत यासाठी ती खूपच धावपळ करत होती. वरपक्ष आणि वधूपक्षात छोट्या छोट्या गोष्टींवरून खटकेही उडत होते. दोन्हीकडची मुलं लहानसहान गोष्टींनाही आपल्या प्रतिष्ठेचा प्रश्न बनवून बसली होती. मोठी माणसं खऱ्या लग्नप्रसंगी जशी वागतात, अगदी तशीच त्या लहान मुलांची वर्तणूक होती.

त्याचवेळी बाहुला-बाहुलीच्या लग्नाच्या या खेळात दोन्ही बाजूंनी काही मोठी माणसंही सहभागी झाली होती. ती आपापल्या पद्धतीने मुलांना प्रोत्साहन देत होती. एक पक्ष दुसऱ्या पक्षाला टोमणे मारत होता... 'वरात यायला उशीर का होतो आहे... लग्न लावणारे भटजी अजून का आले नाहीत... अमक्या अमक्या वस्तू आणल्यात की नाही... इत्यादी' अशा चिंता व्यक्त करत होती.

अशा प्रकारे या खेळात, मुलांना ते लग्न खरंखुरं वाटावं आणि त्यांनी गंभीरपणे सगळी कामं करावीत म्हणून ही मोठी माणसं वरवर मात्र आपण पूर्णपणे तणावाखाली आणि गंभीर असल्याचं दाखवत होती. पण मनातल्या मनातून मात्र ती लहान मुलांच्या या भातुकलीचा आनंद उपभोगत होती.

कारण त्यांना हे स्पष्टपणे दिसत होतं, की हे खोटं खोटं लग्न चाललं आहे. खरंतर हा एक खेळच चाललेला आहे; पण यातून या लहान मुलांना खूप काही शिकायला मिळणार आहे. त्यांच्यातील शारीरिक, मानसिक, बौद्धिक विकासासाठी असे खेळ आवश्यकच आहेत. म्हणून मुलांची अडवणूक करण्याऐवजी अथवा त्यांच्यावर ओरडण्याऐवजी ते त्यांचा उत्साह वाढवत आहेत आणि त्यांना प्रोत्साहन देण्यासाठी ते स्वतःही त्या खेळात त्यांच्याबरोबर सहभागी होत आहेत.

लक्षात घ्या, या उदाहरणातील मोठी माणसं ही आत्मसाक्षात्कार, आत्मज्ञानावर स्थापित होऊन अकर्मावस्था प्राप्त झालेले लोक आहेत आणि लहान मुलं म्हणजे या जगरहाटीत गुंतलेले; सकाम, कर्ताभाव असलेले लोक आहेत. श्रीकृष्ण अर्जुनाला समजावत आहेत, की एका आत्मयोगी मनुष्यानेदेखील हा संसाररूपी (जगत् व्यवहाररूपी) खेळ असाच खेळायला हवा आणि हळूहळू इतरांकडूनही योग्य अशी कर्मं करवून घ्यायला हवीत.

इथे आणखी एक बाब समजून घ्यायला हवी, की खरा ज्ञानी तोच असतो, जो अज्ञानी लोकांना केवळ शिकवत नाही तर त्यांच्याकडून शिकतोदेखील. याचं उत्तम उदाहरण म्हणजे दत्तात्रय महाराज आणि त्यांचे २४ गुरू यांची कथा! ते पृथ्वी, समुद्र, सूर्य यांसोबतच कबूतर, हरीण, हत्ती, मधुमक्षिका अशा जिवांकडूनदेखील बरंच काही शिकले आणि या सर्वांनाच त्यांनी गुरू मानलं.

अज्ञानी जीव जे गुण आणि पद्धती यांचा उपयोग आपल्या वैयक्तिक स्वार्थासाठी करतात, तेच तुम्ही लोककल्याण आणि सत्यसाधना यासाठी शिकायचं आहे. ही बाब मांजराच्या उदाहरणाने योग्य प्रकारे लक्षात येईल. मांजर जेव्हा उंदराच्या बिळाबाहेर बसतं, तेव्हा ते अतिशय सजग असतं आणि त्याची नजरही एकाग्र असते. त्यामुळे एकही उंदीर मांजराच्या तावडीतून सुटू शकत नाही. शिवाय मांजराला पाहून तुम्हाला वाटेल, की

जणू काही ते समाधिवस्थेत आहे. परंतु उंदिर दिसताच ते त्याच्यावर अशी काही झडप टाकतं, की तिचं शिकार वाचू शकत नाही.

मांजरासारखे प्राणीदेखील इतकी एकाग्रता आणि जिद्द बाळगतात, ही खरोखरच आश्चर्यकारक बाब नव्हे का? मग हे गुण आत्मसात करून त्यांचा तुम्हाला ईश्वरीय कार्यात उपयोग करता येणार नाही का? नक्कीच करता येईल. अज्ञानी लोकांच्या मनात ज्या निष्ठेने अगदी इतर विषयपूर्तीविषयी विचार सुरू असतात, त्याच निरंतरतेने आणि तीव्रतेने तुमच्या मनात सत्यावी विचार सुरू असायला हवेत. अज्ञानी लोक कामनांच्या आहारी जाऊन संकल्प सोडतात. मात्र तुम्ही लोककल्याणासाठी संकल्प करायचे आहेत. जसं- एखादा दारुड्या मरण पत्करेल, पण दारू सोडणार नाही. परंतु काही सत्यसाधक थोडीशी प्रतिकूल परिस्थिती निर्माण झाली तर त्रस्त होऊन ईश्वरीय विचारांचा त्याग करतात, सत्याचा मार्ग सोडून देतात. इथे साधकाला सत्याचा किती मोह असायला हवा, हे मद्यपीच्या उदाहरणातून शिकायला हवं. अशा प्रकारे आपण अज्ञानी लोकांकडून खूप काही शिकू शकतो.

● मनन प्रश्न :

१. आपले आदर्श कोण आहेत? त्यांच्यात असे कोणते सद्गुण आहेत, जे आपल्यातही असावेत, असं आपल्याला वाटतं? का?

२. या अध्यायाद्वारे श्रीकृष्णाच्या जीवनातून आपल्याला कोणता बोध मिळतो?

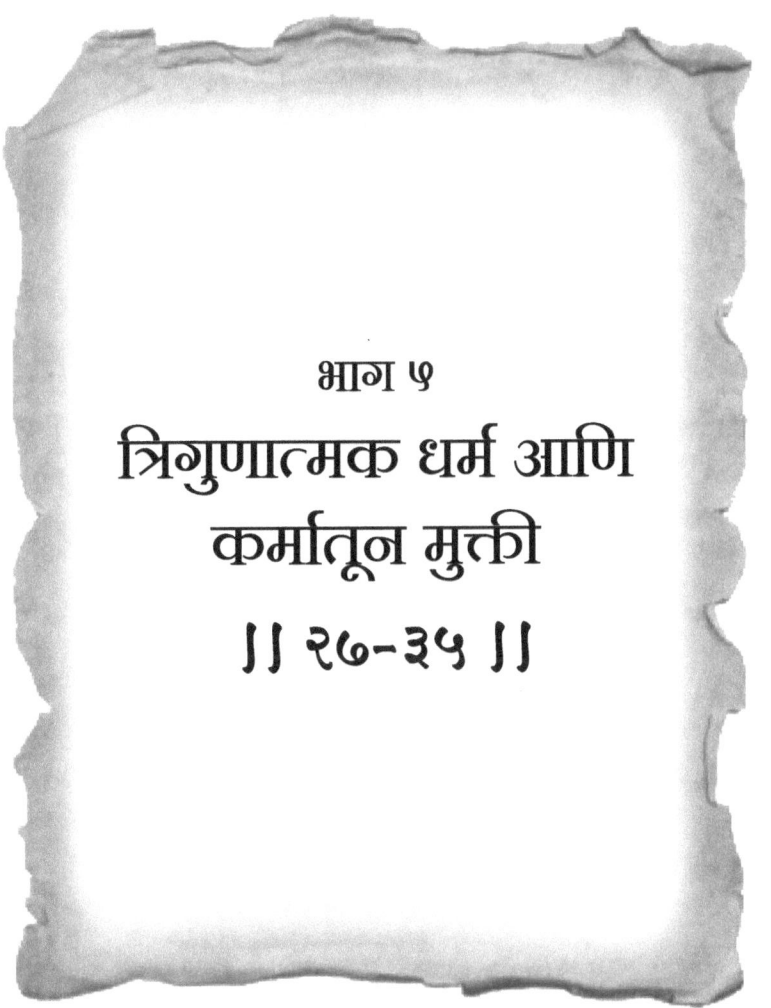

भाग ७
त्रिगुणात्मक धर्म आणि कर्मातून मुक्ती
|| २७-३५ ||

अध्याय ३

प्रकृतेः क्रियमाणानि गुणैः कर्माणि सर्वशः । अहंकारविमूढात्मा कर्ताहमिति मन्यते।।२७।।

तत्त्ववित्तु महाबाहो गुणकर्मविभागयोः। गुणा गुणेषु वर्तन्त इति मत्वा न सज्जते ।।२८।।

प्रकृतेर्गुणसम्मूढ़ाः सज्जन्ते गुणकर्मसु । तानकृत्स्नविदो मन्दान्कृत्स्नविन्न विचालयेत् ।।२९ ।।

मयि सर्वाणि कर्माणि सन्नयस्याध्यात्मचेतसा । निराशीर्निर्ममो भूत्वा युध्यस्व विगतज्वरः ।।३० ।।

ये मे मतमिदं नित्यमनुतिष्ठन्ति मानवाः । श्रद्धावन्तोऽनसूयन्तो मुच्यन्ते तेऽति कर्मभिः।।३१ ।।

ये त्वेतदभ्यसूयन्तो नानुतिष्ठन्ति मे मतम्। सर्वज्ञानविमूढांस्तान्विद्धि नष्टानचेतसः ।।३२ ।।

सदृशं चेष्टते स्वस्याः प्रकृतेर्ज्ञानवानपि । प्रकृतिं यान्ति भूतानि निग्रहः किं करिष्यति।।३३ ।।

इन्द्रियस्येन्द्रियस्यार्थे रागद्वेषौ व्यवस्थितौ । तयोर्न वशमागच्छेत्तौ ह्यस्य परिपन्थिनौ।।३४ ।।

श्रेयान्स्वधर्मो विगुणः परधर्मात्स्वनुष्ठितात् । स्वधर्मे निधनं श्रेयः परधर्मो भयावहः ।।३५ ।।

२७-२८

श्लोक अनुवाद : वास्तविक सर्व कर्मं ही सर्वार्थाने प्रकृतीद्वारेच घडत असतात. पण तरीही ज्याच्या अंतःकरणात अहंकार आहे, असा अज्ञानी मनुष्य मात्र स्वतःलाच कर्ता मानत असतो।।२७।।

परंतु हे महाबाहो! गुणविभाग आणि कर्मविभाग* यांची तत्त्वं जाणणारा ज्ञानयोगी सर्व गुणच गुणांत वावरत आहेत, हे जाणून त्यात आसक्त होत नाही।।२८।।

गीतार्थ : हे संपूर्ण ब्रह्मांडं स्वचलित आणि स्वघटित आहे. इथे प्रत्येक कर्म केवळ घडतं आहे, त्याचा कर्ता कोणीही नाही. परंतु अहंकारयुक्त मन 'मी कर्ता आहे' असंच समजून बसतं आणि हाच कर्तेपणाचा भाव त्याला कर्माशी जखडून ठेवतो, जे त्याच्यासाठी कर्मबंधनाचं कारण ठरतं. 'मी कर्ता नाही, कर्ता करविता धनी कोणीतरी वेगळाच आहे,' हे जेव्हा पूर्णपणे लक्षात येईल, तेव्हा प्रत्येक गोष्ट, प्रत्येक कर्म हे स्वचलितरीत्या आपोआप घडत असल्याचं दिसेल. कर्तेपणाच्या भावनेमुळे आपण या भ्रमात असतो, की 'मी हे कार्य करतो आहे', त्यामुळे आपण वस्तुस्थिती पाहू शकत नाही. आपण स्वतःला कर्ता समजून ओझ्यासह जगत असतो.

हा विषय अधिक बारकाईने समजून घेण्यासाठी आपल्याला आपल्या लहानपणापासून प्रारंभ करावा लागेल. आपल्या स्मृतींना ताण देऊन आठवा, आपण जेव्हा अडीच-तीन वर्षांचं लहान बालक होतो, तेव्हा ज्या घटना घडत होत्या, त्या कोण घडवत होतं? आपण जेव्हा पाळण्यात पहुडलेलं एक-दीड वर्षाचं बाळ होतो, तेव्हा 'मी आता कसं झोपायला हवं? असं झोपलं तर आपल्या शरीरात चमक भरेल. म्हणून आपण या कुशीवरून त्या कुशीवर वळून झोपायला हवं का?' असा विचार करून आपली कूस बदलत होतो का? त्यावेळी तर आपण

**मायेच्या प्रभावाखाली असलेली पंच महाभूतं, तसंच मन, बुद्धी, अहंकार आणि पाच ज्ञानेंद्रियं, पाच कर्मेंद्रियं व शब्दादी पाच विषय या सगळ्यांच्या समुदायाला 'गुण विभाग' असं म्हणतात आणि त्यांच्या परस्पर उद्योगांना 'कर्म विभाग' असं म्हटलं जातं.*

काहीही विचार केला नव्हता, करत नव्हतो, तरीही घटना घडतच होत्या, आपण आपली कूस बदलतच होतो. आपण जेव्हा खेळण्यांशी खेळत होता, तेव्हा 'आज आपण कोणत्या खेळण्याशी खेळायचं आहे, कसं खेळायचं आहे,' असा विचार आपण करत होता का? नाही, आपण तर केवळ खेळत होता.

तीन वर्षे वयापर्यंत आपलं आयुष्य स्वचलित, स्वघटित असंच होतं, ते आपण स्वतःहून चालवत नव्हतो. त्यावेळी घटना तर घडतच होत्या; पण त्या घडवणारं कोणीही नव्हतं. त्यानंतर मूल जसजसं मोठं होत जातं, त्याच्या आतमध्ये तुलनात्मक मनाची निर्मिती होऊ लागते. हे तोलू मन प्रत्येक घटनेत तुलना करू लागतं आणि चांगल्या कार्याचं श्रेय स्वतःकडे घेऊ लागतं.

उदाहरणार्थ, आपल्या डोक्यात अचानक एखादी कल्पना येते, आपल्याला एखादी युक्ती सुचते. मग आपण म्हणू लागता, 'मी एका कल्पनेबाबत विचार केला आहे.' जेव्हा एखादी कल्पना सुचते, तेव्हा प्रत्येक मनुष्य असंच म्हणतो. परंतु मनन करून पाहा, की 'आपण त्या कल्पनेबाबत खरोखरच काही विचार केलेला होता, की ती आपोआपच सुचली होती.' वस्तुस्थिती हीच आहे, की एखाद्या कल्पनेबाबत, अथवा युक्तीबाबत विचार केला जात नाही, तर ती आपोआपच सुचत असते. ही घटना स्वचलित असते. मनुष्याला जेव्हा हे रहस्य उलगडू लागतं, तेव्हा तो कर्तेपणाच्या भावनेतून पूर्णपणे मुक्त होऊ लागतो.

प्रस्तुत श्लोकात श्रीकृष्णांनी अंतःकरणाचं वर्णन केलं आहे. अंतःकरणात मन, बुद्धी, विवेक इत्यादींचा समावेश असतो. अर्थातच तुमचे विचार, तुमची निर्णय क्षमता, विवेक क्षमता, तार्किक क्षमता, स्मरणशक्ती (मेमरी) या सर्व गोष्टी अंतःकरणाचाच हिस्सा आहेत. स्रोताला जेव्हा शरीराकडून एखादं काम करवून घ्यायचं असतं, तेव्हा तो अंतःकरणातच

अध्याय ३ : २७-२८

त्याविषयीचे भाव आणि विचार निर्माण करतो. जसं, एका शांत तलावात दगड फेकून तलावातील पाण्यात तरंग निर्माण केले जातात, तसंच स्रोताकडून आलेला विचार अंतःकरण तरंगित करतो आणि त्या अंतःकरणाद्वारे प्रकृतीच्या आधारावर शरीर कर्म करतं. अशा प्रकारे प्रत्येक कर्माचा मूळ कर्ता स्रोतच आहे आणि प्रकृती त्याचं साधन आहे. परंतु मनुष्याला वाटू लागतं, की 'हे मी केलं, मी हा विचार केला.' खरंतर क्रिया आपोआप घडतात, मात्र त्यानंतर मन येऊन सांगतं, की 'हे मीच केलंय.' अशाप्रकारे मनुष्य स्वतःला कर्ता मानून जगतो.

सृष्टिचक्र चालवण्यासाठी सेल्फला मानवी शरीराद्वारे वेगवेगळ्या प्रकारच्या अनेक क्रिया करवून घ्यायच्या असतात. त्या क्रिया घडवण्यासाठी विधात्याने मानवी शरीरात तीन प्रकारच्या प्रकृतींचा समावेश केलेला आहे, यालाच तीन प्रकारचे मूळ गुण असंही म्हणता येईल. हे तीन गुण म्हणजेच तमोगुण, रजोगुण आणि सत्त्वगुण. शरीरात यापैकी कोणत्याही दोन गुणांची अथवा तिन्हीही गुणांची एकत्रित सरमिसळही असू शकते. परंतु प्रत्येक शरीरात मूळ स्वरूपात एकाच गुणाला प्राधान्य असतं. खरंतर 'गुणच गुणांत वावरत आहेत,' हे श्रीकृष्णांचं वचन समजून घेण्याआधी, या तिन्ही गुणांबाबत आपण थोडक्यात समजून घेऊया.

तमोगुण : तमोगुणी प्रकृती असणाऱ्या शरीरास आराम प्रिय असतो. सुस्ती, तंद्रा, अतिनिद्रा, आळस, कामचुकारपणा, बेपर्वाई, क्रोध इत्यादी असणं, ही तमोगुणाची खूण (ओळख) आहे. अशा व्यक्तीचा नेहमी काम टाळण्याकडे, ते पुढे ढकलण्याकडे कल असतो.

रजोगुण : असा स्वभाव असणारी व्यक्ती कोणत्याही कामाच्या मागे अथकपणे, कोठेही न थांबता, काहीही विचार न करता, समजून न घेता, सातत्याने धावत असते. अशी व्यक्ती कधीही मोकळा श्वास घेऊन असा विचार करत नाही, की ती जे काही करते आहे, ते का करते आहे? या

कामाचा, अशा जीवनाचा उद्देश काय आहे? अशा व्यक्तीला फक्त एकच ठाऊक असतं, की हातातलं काम पूर्ण झाल्यानंतर, पुढे आपल्याला कोणतं काम करायचं आहे. असे लोक नेहमी म्हणत असतात, 'आमचं कर्म हीच आमची पूजा आहे.' परंतु खऱ्या अर्थाने 'कर्म म्हणजे काय', हेच अशा लोकांना माहीत नसतं. ते फक्त आपल्या यांत्रिकी धावपळ असलेल्या आयुष्यालाच कर्माचं नाव देत असतात.

सत्त्वगुण : सत्त्वगुणाला तमोगुण आणि रजोगुणाहून श्रेष्ठ मानलं जातं. कारण या गुणाधारे शरीराकडून उत्तमोत्तम कार्यं करून घेतली जातात. या गुणाचं आधिक्य असलेलं शरीर समाजसेवा करत असतं. गोरगरिबांना अन्नदान, जीवनोपयोगी साहित्याचं वाटप, भंडारा, लंगर, धर्मशाळेची उभारणी, दान-धर्म करणे अशी कामं हे शरीर करत असतं. ते भक्ती करतं, धार्मिक अनुष्ठानं करतं. त्यामुळे समाजात त्याला मान-सन्मान, प्रतिष्ठा मिळत असते. त्याला धर्मात्मा, पुण्यात्मा अशा उपाधीदेखील मिळत असतात. परंतु मिळालेला हा मान-सन्मानच त्याच्यातील अहंकार पुष्ट करतो, जो त्याच्यातील सेल्फच्या मुक्तीतही बाधा निर्माण करतो.

अज्ञानामुळे मनुष्य स्वतःलाच कर्ता मानू लागतो. तमोगुणी म्हणतो, 'आज मी खूप आराम केला.' रजोगुणी म्हणतो, 'मी इतकं काम करतो, त्यामुळेच खरंतर माझं हे जग टिकून राहिलं आहे.' सत्त्वगुणी म्हणत असतो, 'मी इतकं दान दिलंय, अमक्या अमक्याचं मी कल्याण करून टाकलंय...' परंतु वास्तव हे आहे, की कर्ताकरविता केवळ तो विधाताच (सेल्फ) आहे आणि त्याच्याकडून प्रदान करण्यात आलेले हे तीन गुणच मानवी शरीरांस वेगवेगळ्या क्रिया करण्यास प्रेरित करत आहेत. यालाच म्हटलं गेलंय, गुणच गुणांत वावरत असतात. ज्या ज्ञानी मनुष्याला या सर्व गोष्टींचा अर्थ सखोलपणे माहीत असतो, तो आपल्या कोणत्याही कर्माने आसक्त होत नाही आणि कशाचंही श्रेय स्वतःकडे घेत नाही. तो सेल्फ आणि त्याच्याकडून

मिळालेली प्रेरणा यांनाच प्रत्येक कर्माचा कर्ता मानत असतो. गुणांचं रहस्य समजून घेतल्यानंतर मनुष्य गुणातीत अवस्था प्राप्त करतो, जी चौथी आणि या सर्वांहून श्रेष्ठ अशी अवस्था आहे.

गुणातीत अवस्था : या अवस्थेत मनुष्य शरीराच्या सत्त्व, रज, तम या गुणांनी जखडला जात नाही. गरजेनुसार तो या गुणांचा उपयोग नक्कीच करतो, परंतु अगदी सहजगत्या त्यांपासून वेगळंही होतो. म्हणजेच त्याला या शारीरिक गुणधर्मांचा कोणताही मोह अथवा आसक्ती नसते. तो या तिन्ही अवस्थांपासून, त्याचबरोबर कर्तेपणाच्या (हे मी केलं) अहंभावापासूनही मुक्तच असतो. कारण आपल्या शरीराद्वारे प्रत्यक्षात कोण (सेल्फ) कार्यरत आहे, याची त्याला जाणीव असते. अशाप्रकारे निरपेक्षभावाने कर्म करण्यासच 'तिन्ही गुणांचा त्याग करणं' असं म्हटलं गेलं आहे. अशा गुणातीत शरीराच्या माध्यमातूनच त्या विधात्याला आपला अनुभव, तसंच अभिव्यक्ती साकारता येते.

२९

श्लोक अनुवाद : प्रकृतीच्या गुणांनी मोहित झालेले लोक गुणांत आणि कर्मांत आसक्त होतात. अशा मंदबुद्धीच्या अज्ञानी लोकांचा पूर्ण ज्ञान असणाऱ्या मनुष्याने बुद्धिभेद करू नये॥२९॥

गीतार्थ : ज्यांना ज्ञानयोग आणि कर्मयोगाची योग्य समज मिळाली आहे आणि त्या आकलनानुसार आपल्या जीवनात जे त्याचा अवलंब करत आहेत, अशा लोकांना प्रस्तुतच्या श्लोकाद्वारे श्रीकृष्ण एक महत्त्वाची सावधगिरीची सूचना करत आहेत.

ज्या लोकांना परमसत्याचा बोध मिळालेला आहे, ते कर्मसिद्धांताचं पालन करत, अनासक्त होऊन, अकर्ताभावाने प्रारब्धकर्म (आपापल्या

अध्याय ३ : २९

वाट्याला आलेली कर्मं) करू लागतात. त्यांना माहीत असतं, की हीच कर्म करण्याची योग्य पद्धत आहे. इथपर्यंत तर सर्वकाही ठीक आहे; पण समस्या तेव्हा निर्माण होते, जेव्हा ते इतरांना, विशेषतः आपल्या प्रियजनांना अज्ञानी बहुजनांसारखं मोह-मायेने आसक्त होऊन व्यथा-वेदनांनी युक्त असं आयुष्य जगताना पाहतात. तेव्हा लवकरात लवकर त्यांच्या आयुष्यात सुधारणा व्हावी, या हेतूने ते त्यांना सत्याची समज देण्यासाठी तत्पर होतात. घाईघाईमुळे ते हेसुद्धा पाहू शकत नाहीत, की त्यांची सत्याविषयी काही ऐकून घेण्याची तयारी तरी आहे की नाही... त्यांच्यात ती योग्यता, पात्रता आहे का... त्यांचे पूर्वग्रह, पूर्वसमज काय आहेत...?

पूर्वतयारी असल्याशिवाय ऐकलेलं ज्ञान हे कधीकधी लाभकारक ठरण्याऐवजी नुकसानही पोहोचवू शकतं. समजा, आपण एखाद्या अज्ञानी आणि तमोगुणी व्यक्तीला सांगितलं, की 'ही जगरहाटी म्हणजे मोह-मायेचा एक खेळ आहे, तो खिलाडूवृत्तीनेच खेळायला हवा. त्यात आसक्ती वाढवू नये.' तर मग तो मनुष्य याच गोष्टीचा आश्रय घेऊन आपल्या कामात मेहनत करणंच सोडून देईल. तो म्हणेल, "जर हा सगळा खेळच आहे, तर मग त्यासाठी एवढं मर मर मरायची काय गरज आहे. आरामात खावं- प्यावं- मौजमजा करावी, झालं.''

जेव्हा कोणत्याही मनुष्याला पूर्वतयारी करून घेतल्याशिवायच सांगितलं जाईल, की 'कर्ताधरता तर ईश्वर आहे, तुझ्या हाती काहीही नाही... तू तर केवळ निमित्तमात्र आहेस,' तर तो मन मानेल तसं उलट-सुलट वाट्टेल ती कामं करेल आणि म्हणेल, "यात माझी काय चूक आहे, मला का बरं पाप लागेल... माझ्या शरीराद्वारे काही चुकीची कर्मं होत जरी असली, तरी त्यांचा कर्ता तर तो ईश्वरच आहे.'' अशाप्रकारे अज्ञानी मनुष्य कोणत्याही अपराधबोधाशिवाय अथवा ग्लानीशिवाय ईश्वराच्या नावाखाली चुकीची कामंही करू लागेल.

अशा प्रकारेच पुष्कळसे लोक अंगी योग्य पात्रता निर्माण केल्याशिवायच, अध्यात्मातील अर्धवट गोष्टी ऐकून, वैराग्य आणि संन्यास यांचा वास्तविक अर्थ समजून घेतल्याशिवायच, आपला कामधंदा सोडून रिकामटेकडे आणि पराश्रित होऊन बसले आहेत. प्रत्येकाची गीता ही वेगवेगळी आहे. अर्जुनाच्या गीतेनुसार श्रीकृष्ण त्याला संदेश देत आहेत- 'युद्ध कर!' त्यांना जर दुर्योधनाला गीता ऐकवायची असती, तर त्यांनी संदेश दिला असता, 'युद्ध करू नकोस!' समोरच्या व्यक्तीची पात्रता पाहूनच त्याला ज्ञान दिलं जातं. पदवीच्या वर्गातील विद्यार्थ्याला जे ज्ञान दिलं जातं, ते त्याच्यासाठी योग्य असंच असतं. परंतु तेच ज्ञान जर शिशुवर्गातील विद्यार्थ्यालाही दिलं गेलं, तर ते योग्य असं ज्ञान असूनही त्याच्यासाठी ते योग्य ठरत नाही. त्याला ते समजूच शकत नसल्यामुळे, त्याच्यासाठी ते कुचकामी, निरुपयोगीच ठरतं.

वास्तविकदृष्ट्या ज्ञान तेव्हाच फलद्रूप होतं, जेव्हा ते योग्य पद्धतीने, योग्य वेळी आणि योग्य प्रमाणातच सत्यपिपासूकडे पोहोचतं, अन्यथा ते लाभदायक ठरण्याऐवजी हानिकारकच जास्त ठरतं. हा धोका ओळखून असल्यानेच श्रीकृष्ण अर्जुनाबरोबरच इतरही सर्व सत्यसाधकांना सावध करत आहेत, की इतरांचं कल्याण करण्याच्या नादात त्यांनी स्वतःचं नुकसान करू घेऊ नये. मनुष्याची पात्रता आणि त्याची अनुकूलता पाहूनच त्याच्याशी सत्याविषयी बोलायला हवं. खरंतर ही जबाबदारी गुरूंवर सोडणंच उत्तम. आपण सत्याशी सन्मुख होऊन त्या मनुष्याला योग्य गुरूंपर्यंत पोहोचवण्याइतकी सेवा मात्र अवश्य करू शकता. जेणेकरून आपणास ज्या सत्याची प्रचिती मिळाली आहे, ते सत्य त्याच्यापर्यंतही योग्यरीत्या पोहोचू शकेल.

३०-३२

श्लोक अनुवाद : अंतर्यामी असलेल्या मज परमात्म्याकडे आपलं चित्त

लावून, आपली सर्व कर्मं मला अर्पण कर आणि आशा, ममता व संतापरहित होऊन तू युद्ध कर॥३०॥

जे जे लोक दोषदृष्टीचा त्याग करून श्रद्धायुक्त अंतःकरणाने माझ्या या मताचे नेहमी अनुसरण करतात, तेही सर्व कर्मांपासून मुक्त होतात॥३१॥

परंतु जे लोक माझ्यावर दोषारोप करून, माझ्या या मतानुसार आचरण करत नाहीत, त्या मूर्खशिरोमणींना तू सर्व प्रकारच्या ज्ञानास मुकलेले आणि नाश पावलेलेच समज॥३२॥

गीतार्थ : यातील पहिल्या श्लोकात श्रीकृष्णांनी अर्जुनाला कर्म (युद्ध) करण्याच्या प्रक्रियेतील दोन महत्त्वाचे टप्पे सांगितले आहेत. ही माहिती फक्त अर्जुनासाठीच नाही, तर समस्त मानवजातीसाठी सांगितली गेली आहे. यातील पहिला टप्पा आहे - कर्म करण्याच्या आधी चित्त म्हणजे आपलं अंतर्मन, आपली वैचारिकता पडताळून घेणं; कर्म करण्याच्या आधी आपल्या चित्ताची अवस्था कशी असावी, हे पाहणं. श्रीकृष्ण म्हणतात, ''चित्त म्हणजे आपलं सूक्ष्म मन आपल्या अंतर्यामी असलेल्या परमात्म्याशी निगडित झालेलं असावं.'' म्हणजेच, कोणत्याही कामास प्रारंभ करण्याआधी आपण एक काम करायचं आहे, आपल्याला आपल्या हृदयस्थानी स्थित असलेल्या स्रोतावर (सेल्फवर) स्थापित व्हायचं आहे, त्याच्याशी एकसंध व्हायचं आहे.

प्रत्येक कामाच्या प्रारंभी करण्याचं हे एक महत्त्वाचं काम आहे. जर हे काम आधी केलं गेलं, तर मग त्यानंतर केलं गेलेलं प्रत्येक काम हे शुभच असेल, योग्यच असेल, ते उत्तमच परिणाम आणेल. जगात जे जे लोक काही विधायक कार्य करण्याच्या आधी, अथवा कोणताही निर्णय घेण्याच्या आधी आपल्या स्रोताशी (सेल्फशी) संलग्न होतात, ते उत्कृष्ट कार्य करतात. कारण तिथून जे काही विचार, कल्पना, सल्ले अथवा निर्णय येतात, ते मौलिक, श्रेष्ठ आणि योग्य असेच असतात.

मनुष्याच्या बुद्धिमत्तेची सीमा इहलोकीच्या अनुभवांपर्यंतच सीमित आहे; परंतु त्या स्रोताची (सेल्फची) सीमा तर अगदी असीम, अमर्याद आहे. म्हणून यापुढे कोणत्याही कल्पनेवर विचार करण्याआधी अथवा कोणत्याही कामास प्रारंभ करण्याआधी, एक काम नक्की करा. आपल्या स्रोतावर ध्यान केंद्रित करा. तिथे स्थित होऊन आधी आपल्यातील सर्व आसक्ती आणि बंधनं (शारीरिक, बौद्धिक, वैचारिक, आपलं कार्य, त्या कार्याचे परिणाम, प्रसिद्धी, पैसा इत्यादी) यांपासून अलिप्त व्हा. स्वतःला विचारा, की 'या क्षणी मी कुठून विचार करत आहे, मनाद्वारे की बुद्धीद्वारे?' अशावेळी मनाचंच ऐका, कारण तिथूनच आपल्यातील स्रोत आपल्याला मार्गदर्शन करत आहे.

कर्म करण्याचा दुसरा टप्पा आहे, ते कर्म ईश्वराला समर्पित करणं. कर्म समर्पित करत असताना, कर्म करत असताना आणि योजलेलं कर्म पूर्ण केल्यानंतर मनुष्याने हीच समज बाळगायला हवी, की 'जे काही घडतं आहे, ते सर्व ईश्वरच करतोय. यशस्विताही त्याचीच आणि अपयशही त्याचंच.' जेव्हा कर्मं ईश्वराला समर्पित होतात, तेव्हा तीच कर्मं वासनारहित (कामनारहित), ममतारहित, दुःखरहित होऊन जातात. आपण तर केवळ निमित्तमात्र आहोत, आपल्याकडून कर्म करून घेतलं जात आहे, ही समज बाळगून जेव्हा मनुष्य आपलं प्रत्येक कर्तव्य पार पाडू लागतो, आपलं कर्म करू लागतो, तेव्हा तो त्या कर्मांतून मुक्त होऊन जातो.

मनुष्याकडून प्रत्येक दिवशी काही न काही कर्म हे होतच राहतं. परंतु या कर्माचं बंधन तयार होऊ नये म्हणून आपली प्रत्येक क्रिया, प्रत्येक घटनेचं जे फळ येतं, ते ईश्वराला समर्पित करावं.

आता फळ म्हणजे काय, हेही समजून घ्यायला हवं. आपल्याला कर्मातून जे फळ अपेक्षित असतं, ते काही सफल फळ नव्हे. आपण परीक्षा दिलीत, त्याचा निकाल मिळाला, आपण उत्तीर्ण झालात, तर हा परिणाम

अध्याय ३ : ३०-३२

म्हणजे काही फलनिष्पत्ती नव्हे, हे रहस्य समजून घ्या. आपल्या माध्यमातून ज्या काही क्रिया अथवा घटना घडत आहेत, त्यांत तीन प्रकारचं फळ दडलेलं आहे – पहिलं आहे दुःख, दुसरं आहे सुख आणि तिसरं आहे द्विधावस्था. कोणत्याही घटनेतून या तीन प्रकारचंच फळ प्राप्त होत असतं. जसं– एखादा विद्यार्थी उत्तीर्ण झाल्यानंतरही रडू शकतो, कारण त्याची इच्छा प्रथम येण्याची होती. या घटनेत त्या विद्यार्थ्याला उत्तीर्ण झाल्यानंतरही दुःखच होत आहे, हे आहे फळ.

दुसऱ्या घटनेत एका मनुष्याच्या खिशातील दोन हजार रुपयांची चोरी झाली, तरीही तो मनुष्य खूश असल्याचंच दिसतं. त्याच्या या आनंदामागचं रहस्य विचारल्यानंतर तो सांगतो, की घरातून बाहेर पडताना माझ्या खिशात पाच हजार रुपये होते. नंतर मनात विचार आला, की खिशात इतकी रोकड घेऊन फिरायला नको. उगाच कोणी खिसा कापला तर…? म्हणून तो दोनच हजार रुपये घेऊन घराबाहेर पडला होता; आणि आता तो याचसाठी आनंदात आहे, कारण त्याचे तीन हजार रुपये चोरी होण्यापासून वाचले होते.

या दोन्ही उदाहरणांतून हे लक्षात घ्यायला हवं, की महत्त्व घडणाऱ्या घटनेला नसून, घटनेच्या परिणामालाही नाही. कारण खरा परिणाम आहे, त्या घटनेतून निर्माण होणारं सुखः–दुःख अथवा संभ्रम. हे मुख्यतः तीन प्रकारचं फळ आहे, यातच सर्व काही सामावलेलं आहे. 'हे ईश्वरा, हे सुखही तुझं आहे,' अथवा 'हे परमेश्वरा, हे दुःखही तुझंच आहे,' आणि 'ही द्विधावस्थाही तुझीच आहे,' असं म्हणत हे फळ त्या ईश्वरालाच समर्पित करायचं आहे.

अशाप्रकारे प्रत्येक फळ, मग ते सकारात्मक असो अथवा नकारात्मक, दोन्हीही ईश्वराला समर्पित करण्यामुळे त्या फळाविषयी आसक्ती राहणार नाही, की मोह, माया, ममताही राहणार नाही… त्याविषयी काही आशाही वाटणार नाही, की कोणती निराशाही होणार नाही… त्यामुळे कोणतं सुखही

अध्याय ३ : ३०-३२

वाटणार नाही, की कोणतं दुःखही होणार नाही. अशाप्रकारे कर्म करत असताना आपण सदैव मुक्त अवस्थेतच राहाल. अशा प्रकारचं आयुष्य जगत असताना मनुष्याला केवळ परम संतुष्टी आणि आनंदाचीच प्राप्ती होईल.

म्हणूनच पुढच्या श्लोकांत श्रीकृष्ण म्हणतात, ''जे कोणी मानव दोषदृष्टीतून मुक्त होऊन आणि श्रद्धायुक्त अंतःकरणाने माझ्या या मताचं नेहमी अनुसरण करतात, तेदेखील सर्व कर्मांपासून मुक्त होतात आणि जे या उपदेशबोधानुसार मार्गक्रमण करत नाहीत, माझ्या या मतानुसार वागत नाहीत, त्यांना हयातभर दुःखाचीच प्राप्ती होत राहते.''

३२व्या श्लोकात श्रीकृष्ण सांगतात, 'जे लोक माझ्यावर दोषारोप करत माझ्या मतानुसार आचरण करत नाहीत, ते मूर्ख आणि अधोगतीला गेलेलेच समज.' इथे श्रीकृष्ण कर्मयोगाच्या अनुषंगाने हे सांगत आहेत. ज्या कर्मात प्रज्ञा, शुद्ध भावना, निःस्वार्थता आणि अकर्ता भाव यांचा समावेश असतो, असं कर्म करायला हवं. परंतु लोक आपलं कर्म पाहतच नाहीत आणि प्रत्येक गोष्टीसाठी ईश्वराला दोषी ठरवतात. जसं– 'ईश्वरा, तू अमक्याला श्रीमंत बनवलंस आणि मला मात्र गरीब... कित्येकांना दोन डोळे आहेत तर एखाद्याला एकही नाही...' एखादी नैसर्गिक आपत्ती जरी आली तरी त्याचा दोषदेखील ईश्वराच्या माथ्यावर मारला जातो. वास्तविक मनुष्य पृथ्वीचं किती नुकसान करतोय, हे त्याला दिसतच नाही. जीवनात दुःख आणि समस्या येताच लोक ईश्वरावर दोषारोप सुरू करतात. अशा लोकांना श्रीकृष्ण 'अज्ञानी' आणि 'नष्ट झालेले' असं म्हणतात. अर्थात जे लोक ज्ञान प्राप्त न करताच जीवन जगले आणि मृत्यू पावले, त्यांच्या जन्माला आणि मरणाला काहीच अर्थ नाही. सर्वकाही स्रोतापासून निघून त्यातच सामावत असेल तर, अशा स्थितीत काही कमावणं आणि काही गमावणं याला काही अर्थ उरतो का?

३३-३४

श्लोक अनुवाद : सर्व प्राणी आपापल्या स्वाभावधर्मानुसार, म्हणजेच प्रकृतीनुसार कर्मं करत असतात. ज्ञानी, प्रज्ञावंत लोकसुद्धा आपल्या स्वाभावधर्मानुसारच वागतात, मग या विषयात कोणाचाही हट्टीपणा काय करू शकेल?।।३३।।

प्रत्येक इंद्रियाची काम करण्याची एक विशिष्ट पद्धत असते. म्हणजेच प्रत्येक इंद्रियात इंद्रियाबाबतचे राग-द्वेष लपलेले असतात. मनुष्याने त्या दोघांच्याही आहारी जाऊ नये, कारण हे दोन्ही शत्रू मनुष्याच्या कल्याणमार्गात बाधा निर्माण करतात।।३४।।

गीतार्थ : प्रत्येक प्राणिमात्रात जो मूळ स्रोत, जे चैतन्य सामावलेलं आहे, ते तर एकसमानच आहे. परंतु प्रत्येक प्राण्याचं जे मनोकायिक यंत्र आहे (मन, बुद्धी आणि काया यांनी बनलेलं शरीररूपी यंत्र, ज्याचा चालक-मालक तो भगवंत स्वतःच आहे), त्या प्रत्येकाची स्वतःची वेगळी, स्वतंत्र अशी स्वभावप्रकृती असते. जसं, एखाद्याला लहान-सहान गोष्टीवरूनही राग येतो आणि एखादी व्यक्ती मोठ्यात मोठी घटना घडूनही अगदी शांत राहते. एखादं शरीर तमोगुणी असतं, त्याला विश्रांती घेणं, जास्त वेळ झोपणं, कोणतंही काम आरामात करणंच आवडत असतं. एखादं शरीर रजोगुणी असतं, सातत्याने काम करत राहणंच त्याला आवडत असतं. प्रत्येकवेळी कामाविषयीच विचार करत राहणं, हीच त्याची देहप्रकृती असते. या दोन्ही प्रकृतीचे लोक जरी एकाच सत्संगास गेले आणि तेच ज्ञान त्यांनी प्राप्त केलं, तरीही त्यांच्या शरीराच्या मूळ प्रकृतीचाच त्यांच्यावर प्रभाव राहील.

युद्धप्रसंगी एखादा सैनिक शत्रुसैन्यातील अनेकांची हत्या करू शकतो. याउलट एखाद्या हळुवार मनाच्या भावनाशील मनुष्याला त्याच्या हातून डास जरी मारला गेला तरी दुःख होतं. जशी ज्याची प्रकृती, तसेच त्याचे

विचार आणि तशीच त्याची कर्मं. म्हणूनच "तू आपल्या मूळ स्वभावाविरुद्ध जाऊ नकोस. तुझी मूळ प्रकृतीच योद्ध्याची आहे, त्यामुळे तुझं शरीरही स्वाभाविकपणे तसाच विचार करेल आणि साहजिकच तसंच कर्म करेल. त्याच्या विरुद्ध जाण्याचा हट्ट धरू नकोस, कारण ते शक्य नाही," असं श्रीकृष्ण अर्जुनाला सांगत आहेत.

आपल्या मूळ प्रकृतीच्या विरुद्ध जाऊन जगत राहणारा मनुष्य आयुष्यभर दुःखी आणि असंतुष्टच राहतो. जसं, एखादी व्यक्ती संगीतज्ञ होऊ इच्छिते; परंतु कौटुंबिक दबावामुळे जर तिला व्यापार करावा लागला, तर ती व्यापार तर करेल; पण मनातून कधीही खूश राहू शकणार नाही. म्हणून मनुष्याने आपली मूळ प्रकृती जाणून घ्यायला हवी आणि आपल्या स्रोताकडून मार्गदर्शन घेऊन, त्याच क्षेत्रात निष्काम कर्म करायला हवं. ज्यामुळे त्याचं स्वतःचंही आणि जगाचंही कल्याण होऊ शकेल.

श्रीकृष्ण पुढे म्हणतात, "आपल्या इंद्रियांना एखाद्या साधनासारखं उपयोगात आणायला हवं. म्हणजेच जेव्हा आणि जितकी त्यांची गरज असेल, तेव्हा आणि तितकाच त्यांचा उपयोग करायला हवा. त्या इंद्रियांच्या विषयांत आपण गुंतून पडू नये. इंद्रियविषयांची आसक्ती अथवा त्यांचा तिरस्कार या दोन्हीही गोष्टी मनुष्याच्या सत्यमार्गावरील प्रवासात बाधक बनतात."

आयुष्यात सौभाग्याने ज्यांना सद्गुरुप्राप्ती झाली आहे आणि त्यांच्या कृपेने अंतिम सत्य जाणून घ्यायची संधी मिळाली आहे, सत्यसंघ लाभला आहे, म्हणजेच तेजमित्र, तेज नातेसंबंधांची जोड मिळाली आहे... परंतु इतकं सारं असूनही एखादा मनुष्य जर इंद्रियविषयांत गुंतून, त्यांच्या मोहजालात अडकून सत्यमार्गावरून भरकटला आणि छोट्या छोट्या क्षणभंगुर इंद्रियसुखांकरिता मानवी जीवनातील आत्मसाक्षात्कारासारखी सर्वांत मोठी सुसंधी हरवून बसला, तर यापेक्षा मोठं दुर्भाग्य ते आणखी

काय असेल! मनुष्य सत्यसाधना तेव्हाच करू शकतो, जेव्हा त्याचं शरीर आणि मन दोन्हीही स्वस्थ, निरामय असेल. इंद्रियांच्या संतुलित आणि सुयोग्य उपयोगामुळेच आपलं शरीर आणि मन स्वस्थ राहू शकतं. याउलट कोणत्याही इंद्रियविषयातली आसक्ती वा विरक्ती आपल्याला शारीरिक अथवा मानसिकदृष्ट्या व्याधिग्रस्त करू शकते. म्हणून दोन्ही प्रकारच्या अतिरेकापासून आपण स्वतःला वाचवायला हवं.

३५

श्लोक अनुवाद : उत्तम प्रकारे आचरणात आणला जात असलेल्या परधर्माइतका आपला धर्म गुणवंत नसला, तरी आपला स्वधर्म अत्युत्तम आहे. आपल्या धर्मासाठी तर मरण पत्करणंही कल्याणकारक आहे आणि परधर्म हा भय प्रदान करणारा आहे।।३५।।

गीतार्थ : इथे आपला धर्म अथवा स्वधर्म याचा अर्थ आहे आपला स्वभाव, आपली मूळ प्रकृती आणि त्या प्रकृतीनुसार जगाच्या या रंगमंचावरील आपली भूमिका. दिव्य योजनेनुसार प्रत्येक मनुष्याची या पृथ्वीतलावर एक विशिष्ट अशी भूमिका असते. त्या भूमिकेला साजेसा असाच स्वभाव प्रकृती त्याला बहाल करत असते.

चित्रकार, संगीतकार यांसारखे कलाकार हे मुळातच कोमल हृदयाचे आणि उत्कट भावनाशील असतात. मृदू स्वभाव आणि कोमल भावनांतूनच कला जन्म घेते, फुलते-फळते-बहरते. अशा कलाकाराच्या हाती जर एखादं शस्त्र देऊन त्याला सीमेवर लढायला पाठवलं, तर तो लढू शकणार नाही. लढला तरी त्यात काही कौशल्य दाखवू शकणार नाही. शिक्षक उत्तम व्यापारी बनू शकणार नाही. एक माळी संपूर्ण बागेची निगा राखू शकतो; पण त्याला जर घर बांधायचं गवंडीकाम सांगितलं, तर तो ते करू शकणार नाही.

स्वधर्माचं (स्वभावाचं) पालन करणे, म्हणजे एकाअर्थी नदीत

अध्याय ३ : ३५

प्रवाहाच्या दिशेने पोहणे. अशास्थितीत पाण्याचा प्रवाह, वाऱ्याची दिशा या सर्व गोष्टी आपणास इच्छित स्थळी पोहोचण्याकरिता साह्यभूत ठरून, त्यामुळे आपला प्रवासही सुखकर होईल. याउलट स्वधर्माचा त्याग करून त्याच्या विपरीत कार्य करणे म्हणजेच प्रवाहाविरुद्ध पोहणे. अशा स्थितीत आपल्या मार्गात अनेक अडथळे निर्माण होतील, आपला प्रवास संघर्षाने भरलेला असेल. त्याचबरोबर आपल्याला मनासारखं यश आणि समाधानही मिळू शकणार नाही.

म्हणूनच श्रीकृष्ण अर्जुनाला आपल्या क्षात्रधर्माचं (योद्धाधर्माचं) पालन करण्याचा सल्ला देत आहेत.

अध्याय ३ : ३५

● मनन प्रश्न :

१. आपल्या शारीरिक गुणधर्मांबाबत मनन करून आपलं शरीर रज, तम वा सत्त्व यापैकी कुठल्या गटात मोडतं, याचा शोध घ्या. त्या प्रकृतीतून बाहेर पडून गुणातीत अवस्थेकडे वाटचाल करण्यासाठी आपण कशाप्रकारे प्रयत्न कराल?

२. ईश्वराने प्रत्येकाला एखादा खास गुण अथवा कला-कौशल्य प्रदान केलेलं आहे, तुमच्यात असा कोणता खास सद्गुण दडलेला आहे?

३. वर्तमान स्थितीत आपल्याकडून त्या विशिष्ट सद्गुणाची अभिव्यक्ती होतेय का? जर होत नसेल, तर ती कशाप्रकारे साध्य होऊ शकेल, याचा विचार करा.

भाग ६
पाप प्रश्न आणि मुक्ती उपाय
कायमस्वरूपी उपाय प्राप्त करण्याची युक्ती

|| ३६-४३ ||

अध्याय ३

अथ केन प्रयुक्तोयं पापं चरति पुरुषः । अनिच्छन्नपि वार्ष्णेय बलादिव नियोजितः ।।३६ ।।

श्रीभगवानुवाच

काम एष क्रोध एष रजोगुणसमुद्भवः । महाशनो महापाप्मा विद्ध्येनमिह वैरिणम् ।।३७ ।।

धूमेनाव्रियते वह्निर्यथादर्शो मलेन च। यथोल्बेनावृतो गर्भस्तथा तेनेदमावृतम् ।।३८ ।।

आवृतं ज्ञानमेतेन ज्ञानिनो नित्यवैरिणा। कामरूपेण कौन्तेय दुष्पूरेणानलेन च।।३९ ।।

इन्द्रियाणि मनो बुद्धिरस्याधिष्ठानमुच्यते । एतैर्विमोहयत्येष ज्ञानमावृत्य देहिनम् ।।४० ।।

तस्मात्त्वमिन्द्रियाण्यादौ नियम्य भरतर्षभ । पाप्मानं प्रजहि ह्येनं ज्ञानविज्ञाननाशनम् ।।४१ ।।

इन्द्रियाणि पराण्याहुरिन्द्रियेभ्यः परं मनः । मनसस्तु परा बुद्धिर्यो बुद्धेः परतस्तु सः ।।४२ ।।

एवं बुद्धेः परं बुद्ध्वा संस्तभ्यात्मानमात्मना । जहि शत्रुं महाबाहो कामरूपं दुरासदम् ।।४३ ।।

३६

श्लोक अनुवाद : अर्जुनाने विचारलं, ''हे श्रीकृष्णा! तर मग मनुष्य स्वतःची इच्छा नसतानाही, जबरदस्तीने करावयास लावल्याप्रमाणे कोणाच्या प्रेरणेने पापाचरण करतो?''॥३६॥

गीतार्थ : श्रीकृष्णाने केलेला सर्व हितोपदेश ऐकून, मनुष्यासाठी योग्य काय आणि अयोग्य काय, हे अर्जुनाने समजून घेतलं. दिव्य योजनेनुसार आपापली कर्तव्यं पार पाडत, आपली भूमिका यथायोग्यरीत्या साकारणं, हाच प्रत्येक मानवाचा धर्म आहे आणि त्यापासून पळ काढणं म्हणजेच अधर्म आहे, हे त्याला आता समजू लागलं.

आता अर्जुनाच्या मनात असा प्रश्न निर्माण झाला, की एकवेळ अज्ञानी लोकांची गोष्ट सोडून दिली, तरीही जगात असे असंख्य ज्ञानी विद्वान लोक आहेत, ज्यांना आपलं हित-अहित योग्यप्रकारे समजतं. आपला धर्म काय आहे... आपण काय करायला हवं, काय टाळायला हवं... किती आणि काय खायला हवं... किती वेळ झोपायला हवं, समाजात आपलं आचरण कसं असायला हवं... आपल्या जबाबदाऱ्या कशाप्रकारे पार पाडायला हव्यात... हे सारं त्यांना समजत असतं. परंतु तरीही त्यांना तसं वागता येत नाही. 'कळतं पण वळत नाही' या उक्तीप्रमाणे सारं काही समजत असूनही योग्य निर्णय घेता येत नाहीत. अशा लोकांच्या हातून प्रसंगी चुकीची कर्मंही घडत असतात. इतरांचं पाहून स्वधर्माचा त्यागही त्यांच्याकडून होऊ लागतो. असे लोक इंद्रियांच्या प्रभावाखाली येऊ लागतात, असं का होत असावं बरं?

हल्ली तर प्रत्येक मनुष्य ज्ञानी, पंडित झाल्याचं पाहायला मिळतं. योग्य काय आणि अयोग्य काय हे ज्याचं त्याला प्रत्येकालाच माहीत असतं. जरा कुठे आजारी असल्यासारखं वाटलं, की लगेच मनुष्य 'आपण काय खायला हवं, काय खाऊ नये... कोणता व्यायाम करायला हवा... पथ्यापथ्य काय... आपली जीवनशैली कशी असायला हवी...' इत्यादी बाबी इंटरनेटवर सर्च करू लागतो. हल्ली दिवसभर लोकांकडून व्हॉट्सॲपद्वारे ज्ञानाच्या गोष्टी एकमेकांकडे शेअर होत असतात. लोक त्या वाचतात, त्यांना त्या आवडतात आणि त्या इतरांना

फॉरवर्ड करून, आपण आपली जबाबदारी पार पाडल्याचं ते समजतात. आपण जर कोणाला आपली समस्या सांगितली, तर एकाहून एक वरचढ असे उपाय आपल्याला त्यांच्याकडून मिळू लागतात. ते इतके मिळतात, की त्या विषयातील विशेषज्ञांनाही लाज वाटावी. परंतु आश्चर्याची गोष्ट ही, की तरीही लोकांना त्यांच्या आयुष्यात समाधान लाभत नाही. त्यांच्या शारीरिक, मानसिक व्याधी आणि ताणतणावांत सातत्याने वाढच होत आहे, असं होण्याचं मूळ कारण काय असावं बरं, हाच प्रश्न अर्जुनाला पडला आहे.

३७-३९

श्लोक अनुवाद : भगवान श्रीकृष्ण म्हणतात, ''रजोगुणातून उत्पन्न झालेला हा कामच क्रोध आहे. हा भोगांनी कधीही तृप्त न होणारा व महापापी असून, हाच या विषयाचा वैरी आहे, हे तू जाणून घे.''।।३७।।

ज्याप्रकारे धुरामुळे अग्नी, धुळीमुळे आरसा आणि वारेच्या आवरणामुळे गर्भ झाकला जातो, त्याचप्रमाणे या कामामुळे ज्ञान झाकलं जातं, त्यावर आवरण चढतं।।३८।।

आणि हे अर्जुना, कधीही तृप्त न होणारा हा कामरूपी अग्नी ज्ञानी माणसाचा कायमचा शत्रू आहे, कारण त्याने मनुष्याचं ज्ञान झाकलं आहे।।३९।।

गीतार्थ : श्रीकृष्ण अर्जुनाला पडलेल्या प्रश्नाचं उत्तर देताना त्याला समजावत आहेत. खरंतर प्रत्येक मनुष्याच्या शरीरात त्याच्याकडून कर्म करून घेणारे तीन प्रकारचे मूळ गुण असतात, ते म्हणजे तम, रज आणि सत्त्व. यातला रजोगुण मनुष्याला आयुष्यभर धावपळ करायला लावत असतो. पहिल्या श्लोकात श्रीकृष्ण रजोगुणातून निर्माण होणाऱ्या काम आणि त्यातून निर्माण होणाऱ्या क्रोधाबद्दल सांगत आहेत. इथे काम या शब्दाचा अर्थ इच्छा-अपेक्षा आणि वासनांशी निगडित आहे.

रजोगुणामुळेच मनुष्याच्या मनात पुष्कळशा इच्छा निर्माण होत असतात. एक इच्छा निर्माण झाली, की मनुष्य लगेच तिच्या पूर्ततेसाठी धावपळ करू लागतो. ती इच्छा जेव्हा पूर्ण होते, तेव्हा काही वेळेकरिता त्याला शांतीचा अनुभव मिळतो. परंतु त्याच्यातील रजोगुण लगेच दुसरी इच्छा निर्माण करतो आणि त्याला धावपळ करण्यासाठी विवश करून टाकतो. अशा प्रकारे आयुष्यभर त्याची धावपळ सुरूच राहते. तो कधीही शांतपणे थांबून हा विचार करू शकत नाही, की या सगळ्या धावपळीतून अखेर आपल्याला मिळतंय तरी काय?

समजा, एखादा मनुष्य नवनव्या अत्याधुनिक मोबाईल फोनचा खूप शौकीन आहे. तो इंटरनेटवर नेहमी हेच सर्च करत असतो, की कुठल्या कंपनीने कुठला लेटेस्ट फोन आणला आहे, त्यात कुठली फीचर्स आहेत? दुसरीकडे त्याच्या बायकोला मात्र याचा शौक नाही, वर्षानुवर्षं ती एकाच फोनवर खूश आहे. मात्र, तिला नवनवीन ड्रेस, साड्या विकत घेण्याचा शौक आहे. बाजारात नव्या प्रकारची एखादी साडी बघितली, की तिला ती साडी खरेदी करण्याची प्रबळ इच्छा होते. जोपर्यंत ती नवी साडी ती खरेदी करत नाही, तोपर्यंत ती अस्वस्थच असते. काहीही करून ती साडी विकत घेण्यापासून, ती स्वतःला रोखूच शकत नाही.

आता मागच्याच महिन्यात तिच्या पतीने एक नवा मोबाइल घेतला होता आणि त्यावर तो खूशही होता. पण, बाजारात जसा नवा, आणखी अत्याधुनिक आणि जास्त सुविधा असलेला मोबाइल त्याने पाहिला, तशी त्याची रात्रीची झोपच उडाली. आता हा नवा फोन विकत घेण्यासाठी पैशांची जुळवाजुळव कशी करावी, याच विवंचनेत तो राहू लागला. त्याने आपले वायफळ खर्च कमी केले. आपल्या दैनंदिन खर्चातून काही पैसे वाचवून आपली इच्छा पूर्ण करता यावी, यासाठी तो आपल्या पत्नीसह मुलांनाही बचतीचं महत्त्व समजावून सांगू लागला. अशारीतीने त्याने पैसे तर जमा केले; पण त्या पैशांतून त्याची बायको स्वतःसाठी नवी साडी विकत घेऊन

आली आणि या गोष्टीवरून त्या दोघांत खूप भांडण झालं.

दोघांनाही एकमेकांचा खर्च हा वायफळ आणि आपली आवड मात्र योग्य वाटत होती. परंतु दोघांनाही हे कळत नव्हतं, की आपल्या अनावश्यक इच्छांच्या पूर्ततेसाठी आपण आपल्या घराचं किती नुकसान करत आहोत. पैसा तर व्यर्थ वाया जातच होता; पण त्याचबरोबर कौटुंबिक सुख-शांतीही विनाकारणच नष्ट होत होती. खरंतर या अशा इच्छा आहेत, ज्या कधीच पूर्ण होऊ शकत नाहीत. कारण बाजारात रोज नवनव्या गोष्टी तर येतच राहणार.

म्हणूनच श्रीकृष्ण अशा इच्छांना 'अग्नीसमान, कधीही तृप्त न होणाऱ्या' असं म्हणतात. कधी कधी अशा इच्छांचा मनुष्यावर इतका प्रभाव पडतो, की त्याच्यातील सगळी समज, त्याची सदसद्विवेकबुद्धीही नष्ट होऊन जाते. मग तो अशा इच्छांचा गुलाम बनून जातो आणि त्या इच्छांच्या पूर्ततेकरिताच आपलं आयुष्य वाया घालवतो.

जो मनुष्य इच्छांचा गुलाम झालेला असतो, त्याच्या इच्छापूर्तीत जर कोणी बाधा निर्माण केली, तर त्याच्या मनात त्या व्यक्तीबद्दल क्रोध निर्माण होतो. तसंच, एखाद्याने जर त्याला त्यासाठी मदत केली, तर त्याच्याबद्दल आत्मीयता निर्माण होते. इच्छापूर्तीमुळे जो फसवा आणि क्षणभंगुर आनंद मिळतो, तो अधिकाधिक मिळावा असा मोह त्याच्या मनात सतत निर्माण होत राहतो आणि तोच मोह त्याच्याकडून काही चुकीच्या गोष्टीही करवून घेतो. श्रीकृष्ण म्हणतात, 'इच्छा, वासना, हव्यास या गोष्टी माणसाच्या सदसद्विवेकबुद्धीला असं काही झाकोळून टाकतात, जसं धूर, धुळीचं आवरण आरशाला मलिन करून दडवून टाकतं.' मात्र हा धूर, ही धूळ तेव्हाच हटवली जाते, जेव्हा मनुष्य सत्संगात जाऊ लागतो, सत्याविषयी श्रवण-पठण करू लागतो. विवेकपूर्ण मनन करून गुरूंच्या आज्ञेत राहू लागतो. अन्यथा माया तर या आवरणाचा लेप धुळीप्रमाणे पुनःपुन्हा लावतच राहते.

४०-४१

श्लोक अनुवाद : इंद्रियं, मन आणि बुद्धी या सर्वांना या हव्यासाचं, कामनांचं निवासस्थान असं म्हटलं जातं. हा हव्यासच मन, बुद्धी आणि इंद्रियांद्वारे ज्ञानाला आच्छादित करून जीवात्म्याला मोहित करतो।।४०।।

म्हणून हे अर्जुना, आधी तू या इंद्रियांवर ताबा मिळव आणि आपल्या सदसद्विवेकबुद्धीचा, आपल्यातील ज्ञान-विज्ञानाचा नाश करणाऱ्या हव्यासरूपी कामनांचा प्रयत्नपूर्वक अंत करून टाक।।४१।।

गीतार्थ : आपल्यातील कामना, वासना, हव्यास या गोष्टी कुठे असतात, हे श्रीकृष्ण अर्जुनाला सांगत आहेत. मानवातील चुकीच्या सवयी याविषयी जेव्हा काही आध्यात्मिक विवेचन आपल्या वाचण्यात अथवा ऐकण्यात येतं, तेव्हा त्यात इंद्रियांनाच सर्वाधिक दोष दिलेला दिसतो. खरंतर इंद्रियं (नाक, कान, त्वचा, डोळे, जीभ इत्यादी) ही तर मन आणि बुद्धीच्याच अधीन असतात. एखाद्या गोष्टीचा उपभोग घ्यावा की घेऊ नये... घ्यायचाच असेल, तर तो किती प्रमाणात घ्यावा, हा निर्णय ती इंद्रियं काही स्वतः घेत नाहीत. खरंतर मनुष्याची भ्रमित बुद्धी आणि बेलगाम मनच या इंद्रियांच्या विषयभोगांचं सूत्रसंचालन करत असतं आणि त्यांच्याद्वारे तृप्त होण्याचा प्रयत्न करत असतं.

समजा, आपल्या हातात एखादा ग्लास आहे. आता त्या ग्लासातून आपण स्वास्थ्यवर्धक फळांचा रस प्यायचा, चहा प्यायचा, मद्य प्यायचं की विष, हे तर आपल्या बुद्धीवर अवलंबून असतं, ग्लासावर नाही. आपण आपल्या कानांनी भजन ऐकायचं की इतरांची निंदा-नालस्ती, याची निवड आपण स्वतःच करायची आहे, आपल्या कानांनी नाही. आपल्या जिभेने आपण भजन गायचं की इतरांची निंदा करायची, हा निर्णय आपला स्वतःचा आहे, जिभेचा नाही. परंतु इच्छा-अपेक्षांची निर्मिती करून त्या जाळ्यात मनुष्याला गुंतवायचं आणि त्यांच्या पूर्ततेच्या सुखाचा आभास निर्माण

करण्यात मन, बुद्धी आणि इंद्रियं तिघेही आपापली भूमिका यथायोग्यरीत्या पार पाडत असतात. म्हणूनच श्रीकृष्ण या तिघांनाही कामनांचं, वासनांचं निवासस्थान असं संबोधत आहेत.

समजा, की एक मनुष्य बाजारातून फिरतो आहे. त्याची नजर एका दुकानावर स्थिरावते. तिथे ५०% सेलचा बोर्ड लागला आहे. आता त्याची बुद्धी विचार करू लागते, की तिथे जावं की नाही? खरंतर यावेळी त्याला कोणत्याही गोष्टीची तशी काही खास गरज नसते; पण मन म्हणतं, नुसतं बघून यायला काय हरकत आहे? बघायला थोडेच पैसे लागतात? मग तो आपल्या दृश्येंद्रियांचा म्हणजेच डोळ्यांचा दुरुपयोग करू लागतो. त्याची नजर दुकानातल्या विविध गोष्टींवर स्थिरावू लागते. मन त्या विकत घेण्यासाठी विविध कारणं शोधू लागतं आणि बुद्धी मनाच्या मोहजालात गुरफटून योग्य निर्णय घेऊ शकत नाही. परिणामी मन, बुद्धी आणि इंद्रियं, तिन्ही मिळून अनावश्यक इच्छांची पूर्तता करू लागतात. म्हणजेच गरज नसलेल्या अनावश्यक गोष्टींची खरेदी करण्यात वेळ आणि पैसा दोन्ही वाया घालवतात.

खरंतर इंद्रियांची निर्मिती ही शरीराशी संलग्न होऊन अभिव्यक्त होण्यासाठीच झाली आहे. 'सेल्फ'च्या गुणांना साकारणं हाच त्यांचा मूळ उद्देश आहे. परंतु ही इंद्रियं जेव्हा सुखाधीन होऊ लागतात, तेव्हा मनुष्य सेल्फकडे जाण्याच्या वाटेवर भरकटून, स्वपासून दूर होऊन, मोहमायेत गुरफटला जातो.

सद्यःस्थितीत चोरी, दरोडा, हत्या करणं याला पापकर्म असं समजलं जातं. सामान्य मनुष्य जरी हे सर्व करत नसला, तरी त्याची इंद्रियं जर व्यसनात किंवा आळसात गुरफटून, त्याला त्याच्या 'स्व'पासून दूर नेत असतील, तर यालाही पापकर्म असंच समजायला हवं. जसं, स्वादेंद्रियात (जीभ) गुरफटलेला मनुष्य सदैव काही न् काही खातच असतो. मग अती खाल्ल्याने आळसावल्यामुळे आपली सगळी कर्तव्य कर्मं सोडून दिवसभर झोपतो. अशा स्थितीत त्याची विचारशक्ती काही काम करेनाशी होते, ती कुंठित

होते. परिणामी त्याचा संपूर्ण दिवस निरर्थक ठरतो. खरंतर वाया जाणाऱ्या या वेळेचा सदुपयोग करून ईश्वरचिंतन, मनन, तसंच काही सेवाकार्यही करता येऊ शकलं असतं.

म्हणूनच अर्जुनाने आपल्या मन-बुद्धीला शिस्तबद्ध करून इंद्रियांवर ताबा मिळवावा, असं श्रीकृष्ण त्याला सांगत आहेत. ज्यामुळे वासनांचं रोपटं उगवताच ज्ञान आणि मननरूपी शस्त्राच्या साहाय्याने त्याला उपटून फेकता येऊ शकेल. त्यामुळे त्या तणाला आपल्या अंतरंगात फुलण्या-फळण्यास, फोफावण्यास संधीच मिळू शकणार नाही. खरंतर 'वास्तविकदृष्ट्या मी कोण आहे आणि मला हे शरीर कशासाठी मिळालेलं आहे? या जगात माझ्या अस्तित्त्वाचं प्रयोजन काय?' यावर मनुष्याने आपल्या अंतरंगातून वेळोवेळी मनन करायला हवं. असं केल्यानेच तो हळूहळू निरर्थक इच्छा-अपेक्षा-वासनांच्या जाळ्यातून बाहेर पडून, सत्याविषयीचं आकलन प्राप्त करून, त्यानुसार आपलं जीवन जगू शकेल.

४२-४३

श्लोक अनुवाद : इंद्रियांना स्थूल शरीरापलीकडे म्हणजे श्रेष्ठ, बलवान आणि सूक्ष्म असं म्हटलं जातं. या इंद्रियांपलीकडे आहे मन, मनाहूनही बुद्धी पल्याड आहे आणि जो बुद्धीहूनही अत्यंत पल्याड आहे, तो आत्मा होय।।४२।।

अशा प्रकारे बुद्धीपलीकडे म्हणजे अत्यंत श्रेष्ठ असा आत्मा आहे, हे जाणून घेऊन आणि बुद्धीद्वारे मनाला वश करून हे महाबाहो अर्जुना, तू या कामरूप अजिंक्य अशा शत्रूचा संहार कर।।४३।।

गीतार्थ : श्रीकृष्ण म्हणतात, "इंद्रियं ही स्थूल म्हणजेच भौतिक शरीरापेक्षा श्रेष्ठ, बलवान आणि सूक्ष्म आहेत." हे कसं, ते आता समजून घेऊ. मानवाचं शरीर हे जरी एकाच जागी बसलेलं असलं, तरी त्याची इंद्रियं मात्र दूरदूरच्या गोष्टींचाही अनुभव घेत असतात. जसं- त्वचेला हवेतील गारवा

वा उष्णता यांची जाणीव होते. कानांना दुरून येणारे आवाज ऐकू येतात, वेगवेगळ्या आवाजांतील फरकही त्यांच्या लक्षात येतो. नाकाला दुरून येणारे वेगवेगळे गंध जाणवतात. डोळ्यांना दूरदूरची दृश्यं दिसू शकतात. त्यासाठी आपल्याला बसल्या जागेवरून उठावं लागत नाही. परंतु आपल्याला जर आपल्या हातांनी एखादी वस्तू उचलायची असेल, तर मात्र आपल्याला उठून त्या वस्तूपर्यंत जावं लागतं आणि भौतिकदृष्ट्या त्या वस्तूशी संपर्क साधावा लागतो. म्हणूनच इंद्रियांना आपल्या स्थूल शरीराहून श्रेष्ठ, बलवान आणि सूक्ष्म असं म्हटलं गेलं आहे.

त्यानंतर श्रीकृष्ण मनाला इंद्रियांहून श्रेष्ठ, बलवान आणि सूक्ष्म असल्याचं सांगत आहेत. मन म्हणजे आपल्या आतमध्ये चालणारे विचार. मनाची गती आणि त्याची पोच इंद्रियांपलीकडे आहे. आपण जरी आपले डोळे मिटून बाहेरची दृश्यं पाहायचीच नाहीत असं ठरवलं, तरी आपलं मन मात्र सगळ्या जगभराची दृश्यं कल्पनेच्या विश्वात पाहू शकतं. एका क्षणात ते जगाच्या कोणत्याही कोपऱ्यात पोहोचू शकतं, कोणताही विचार करू शकतं.

इंद्रियांनी विषयांचा उपभोग घ्यायचा की नाही, ही गोष्टसुद्धा मनावरच अवलंबून असते. इंद्रियं ही मनाची गुलाम असतात. आपले डोळे तेच पाहतील, जिथे आपलं लक्ष असेल आणि आपलं लक्ष तिथेच असेल, जिथे आपलं मन असेल. जसं, एखाद्या विद्यार्थ्याचं मन जर अभ्यासात नसून भलतीकडेच कुठेतरी लागलेलं असेल, तर हाती पुस्तक असूनही त्याला त्यातील काही दिसणार नाही आणि शिक्षक काय सांगत आहेत, तेही त्याला ऐकू येणार नाही. आपल्या हे तर लक्षात आलंच असेल, की आपण जेव्हा एखाद्या विचारात गढलेले असतो, त्यावेळी शेजारी एखादं गाणं वाजत असेल, तरी ते गाणं कधी सुरू झालं आणि कधी संपलं, हेही आपल्याला समजू शकत नाही.

समजा, आपल्याला खूप भूक लागली आहे आणि आपल्या मनात केवळ खायचेच विचार सुरू आहेत, तर अशा स्थितीत दूरवर शिजणाऱ्या

अध्याय ३ : ४२-४३

पदार्थाचा वासही आपल्याला लगेच जाणवतो. पण जर आपलं पोट भरलेलं असेल, तर किचनमध्ये शिजणाऱ्या पदार्थाकडेही आपण दुर्लक्ष करू शकतो.

सांगण्याचं तात्पर्य हेच, की आपलं मन हे आपल्या इंद्रियांहूनही अधिक वेगवान, बलवान आणि सूक्ष्म असतं. नाक, कान, डोळे मिटून आपण एखाद्यावेळी विषयांपासून दूर राहू शकतो; परंतु तरीही आपलं मन मात्र विषयांचं चिंतन करून, त्यांचा मानसिकदृष्ट्या का होईना, पण उपभोग हे घेतच राहतं.

यानंतर श्रीकृष्ण हे मनाहूनही बुद्धी श्रेष्ठ असल्याचं सांगत आहेत. बुद्धी ही एक अशी मानसिक शक्ती आहे, जी तर्क-विचार करू शकते, निर्णय घेऊ शकते, संकल्प करते, मनन करते, योग्य-अयोग्य यांतील फरक समजू शकते... बुद्धी ही एक अशी शक्ती आहे, जी आपल्या अतिचंचल मनाला शिस्तबद्ध करून, त्याला योग्य दिशा प्रदान करू शकते.

समजा, आपल्यासमोर आपल्या आवडीचे पदार्थ वाढलेले आहेत. आपलं पोट भरलेलं आहे, पण मन मात्र तृप्त झालेलं नाही... आणखी थोडंसं खावं, असं मनाला वाटतंय. आपली इंद्रियं त्या पदार्थांचा गंध आणि स्वाद सातत्याने उपभोगतच आहेत. अशा स्थितीत एक बुद्धीच असते, जी मनाला चाप लावून त्याला शांत करू शकते.

पण मन बुद्धीचं तेव्हाच ऐकतं, जेव्हा बुद्धी सशक्त असते. बुद्धी कमकुवत असेल, तर मात्र मन त्याहून प्रभावी ठरतं. म्हणून 'मनुष्याने ईश्वराकडून धन, वैभव, यशस्विता, सुख-सुविधा मागण्याआधी सद्बुद्धीचं वरदान मागायला हवं,' असं ज्येष्ठ लोक सांगतात. कारण आपली बुद्धी जर सकस-सशक्त असेल, तर बाकीच्या गोष्टी आपल्याला आपोआपच मिळू लागतील आणि आपण त्या जतनही करू शकाल. अन्यथा, सर्वकाही मिळालं तरी आपल्याला ते सांभाळता येणार नाही. सत्यश्रवण, पठण, मनन, सत्संग, नैतिक शिक्षण याद्वारे ज्ञान मिळवून आपल्या बुद्धीला सत्याचं बळ

अध्याय ३ : ४२-४३

प्राप्त करून देता येतं, ज्यामुळे योग्य ते निर्णय घेता येऊन बुद्धीद्वारे मनावर विजय मिळवता येतो.

यानंतर श्रीकृष्ण बुद्धीहूनही खूपच पुढील, बलवान आणि श्रेष्ठ अशा आत्म्याची म्हणजेच परमचैतन्याविषयी (स्रोत, सेल्फ) सांगत आहेत. मनुष्याने ज्ञान आणि कर्मयोगाद्वारे प्रयत्न करून बुद्धीहूनही श्रेष्ठ अशा या परमचैतन्यास जाणून घेण्याचा आणि त्याची अनुभूती घेण्याचा प्रयत्न करायला हवा. कारण तीच त्याची खरी ओळख आहे. आपल्याला जेव्हा आपल्या मूळ स्वरूपाची ओळख होते, तेव्हा कोणत्याही व्यक्तिगत इच्छा-अपेक्षा वा वासना शिल्लक राहत नाहीत, त्या सर्वांचा अंत होऊन जातो. मग मनुष्याच्या शरीराकडून त्याच चैतन्याच्या दिव्यगुणांची अभिव्यक्ती होऊ लागते. सेल्फच त्या शरीराला आपल्या अभिव्यक्तीचं माध्यम बनवून या जगत्‌रूपी रंगमंचावर आपली भूमिका साकारू लागतं आणि त्या आनंदाचा उपभोगही घेतं.

● मनन प्रश्न :

१. आपल्या मनाची सखोल तपासणी करा आणि त्यात निर्माण होणाऱ्या लहान-मोठ्या अशा सर्वच इच्छांची एक यादी तयार करा. मग त्यापैकी कोणत्या इच्छा या केवळ हौसेखातर आहेत आणि कोणत्या खरोखर गरजेच्या आहेत, याची पडताळणी करा.

२. भूतकाळातील अशा काही इच्छा आठवून पाहा, ज्यांची पूर्तता न झाल्याने आपण खूपच संतापला होता किंवा आपल्याला खूपच नैराश्य दाटून आलं होतं. त्या इच्छांची पूर्तता खरंच खूपच गरजेची होती की आपण त्यांचा त्यागही करू शकला असता, यावर मनन करा.

अध्याय ४
ज्ञानकर्मसंन्यास योग

अविश्वासातून मुक्ती मिळविण्याची
अपने आप परोसा, ईश्वर पर भरोसा

|| अध्याय ४ - सूची ||

श्लोक	विषय	पृष्ठ
१-९	ज्ञानचक्र- श्रीकृष्ण ते राजर्षी...............	९५
१०-१२	कृष्णभक्त आणि दैव भक्त...................	१०७
१३-२१	कर्म, अकर्म आणि फळ......................	११२
२२-२३	जे मिळालंय त्यात संतुष्ट राहा..............	१२९
२४-३०	योगी आणि इतर योग्यांचे प्रकार...........	१३५
३१-३३	यज्ञ आणि ज्ञान यज्ञ महिमा..................	१४१
३४-३५	गुरुपासून ज्ञान मिळवण्याचे मार्ग...........	१४७
३६-४०	ज्ञान यज्ञ महिमा.................................	१५१
४१-४२	बंधनमुक्त कर्मांवर उपाय.....................	१५९

भाग १
ज्ञानचक्र –
श्रीकृष्ण ते राजर्षी
॥ १-९ ॥

अध्याय ४

श्री भगवानुवाच

इमं विवस्वते योगं प्रोक्तवानहमव्ययम्। विवस्वान्मनवे प्राह मनुरिक्ष्वाकवेऽब्रवीत् ।।१।।

एवं परम्पराप्राप्तमिमं राजर्षयो विदुः। स कालेनेह महता योगो नष्टः परन्तप।।२।।

स एवायं मया तेऽद्य योगः प्रोक्तः पुरातनः। भक्तोऽसि मे सखा चेति रहस्यं ह्येतदुत्तमम् ।।३।।

अर्जुन उवाच

अपरं भवतो जन्म परं जन्म विवस्वतः। कथमेतद्विजानीयां त्वमादौ प्रोक्तवानिति।।४।।

श्रीभगवानुवाच

बहूनि मे व्यतीतानि जन्मानि तव चार्जुन। तान्यहं वेद सर्वाणि न त्वं वेत्थ परन्तप।।५।।

अजोऽपि सन्नव्ययात्मा भूतानामीश्वरोऽपि सन्। प्रकृतिं स्वामधिष्ठाय सम्भवाम्यात्ममायया।।६।।

यदा यदा हि धर्मस्य ग्लानिर्भवति भारत । अभ्युत्थानमधर्मस्य तदात्मानं सृजाम्यहम् ।।७ ।।

परित्राणाय साधूनां विनाशाय च दुष्कृताम्। धर्मसंस्थापनार्थाय सम्भवामि युगे युगे ।।८ ।।

जन्म कर्म च मे दिव्यमेवं यो वेत्ति तत्वतः। त्यक्तवा देहं पुनर्जन्म नैति मामेति सोऽर्जुन ।।९।।

१-३

श्लोक अनुवाद : श्री भगवान म्हणाले, मी हा अविनाशी योग आधी सूर्याला सांगितला. सूर्याने तो त्याचा पुत्र वैवस्वत मनूला आणि मग मनूने त्याचा पुत्र राजा इक्ष्वाकूला सांगितला।।१।।

हे परंतप अर्जुना, अशा प्रकारे परंपरेने आलेला हा योग मग राजर्षींनी जाणून घेतला. मात्र बऱ्याच काळापासून हा योग पृथ्वीतलावरून जणू काही लुप्तच झाला आहे।।२।।

हा योग अतिशय उत्तम, रहस्यमय आणि गुप्त ठेवण्यासारखा आहे. परंतु तू माझा भक्त आणि प्रिय सखा आहेस, म्हणून हा पुरातन योग आज मी तुला सांगितला आहे।।३।।

गीतार्थ : गीतेच्या या नव्या अध्यायात श्रीकृष्ण अर्जुनाला ईश्वर, मनुष्य आणि त्यांच्यातील परस्परसंबंधांविषयी सांगत आहेत. त्याचबरोबर ईश्वरापर्यंत पोहोचण्यासाठी ते मनुष्याला काही रहस्यंही सांगत आहेत. एखादी गूढ, गहन, गंभीर आणि महत्त्वाची गोष्ट जर सरळ संक्षिप्त स्वरूपात सांगितली गेली, तर त्याचा तितकासा परिणाम साधला जात नाही, हे तर आपल्याला ठाऊकच असेल. म्हणूनच त्या परम सत्याविषयी सांगण्यासाठी पुराणं, ग्रंथ, उपनिषदं इत्यादींची निर्मिती झाली.

श्रीकृष्ण अर्जुनाला सांगू इच्छितात, की सेल्फ हे अनादी, अजन्मा असं चैतन्य असल्यामुळे ते आदिकाळापासून, म्हणजेच सृष्टीच्या आरंभापूर्वीपासून अस्तित्वात आहे. अर्जुनदेखील त्याच चैतन्याचं एक रूप असल्याने त्याचंही अस्तित्व तितकंच प्राचीन आहे, जितकं स्वतः श्रीकृष्णाचं (सेल्फचं) आहे. परंतु अर्जुनाच्या मनात याविषयासंबंधी जिज्ञासा निर्माण व्हावी आणि त्याने हे रहस्य समजून घेण्यासाठी ग्रहणशील बनावं म्हणून श्रीकृष्णांनी ते रहस्य सांगण्याची सुरुवात खूपच कौशल्याने केली.

यासाठीच श्रीकृष्ण अर्जुनाला सांगत आहेत, की 'जे गुप्त रहस्य ते त्याला सांगणार आहेत, ते सगळ्यात आधी त्यांनी सूर्याला आणि मग सूर्याने त्याचा पुत्र वैवस्वत मनूला सांगितलं होतं.' इथे सूर्य कुणाला म्हटलं गेलं आहे आणि वैवस्वत मनू म्हणजे कोण, या गोष्टीच्या खोलात जाण्याची काहीही आवश्यकता नाही. फक्त इतकंच लक्षात घ्यायला हवं, की वेदांमध्ये मनूला आपल्या काळातील पृथ्वीवरील 'प्रथम पुरुष' असं म्हटलं गेलं आहे. म्हणजेच तो या भूतलावरील पहिला मानव, ज्याच्यापासून हळूहळू इतर मानवांची निर्मिती झाली. श्रीकृष्ण अर्जुनाला सांगत आहेत, की जो या जगातला प्रथम पुरुष होता, त्याच्याही पित्याला श्रीकृष्णांनी हे योग रहस्य सांगितलं होतं, हे इथे लक्षात घ्यायला हवं. म्हणजेच आता अर्जुनाने स्वतःच हा हिशेब लावावा, की त्यांचं अस्तित्व किती पुरातन आहे.

४

श्लोक अनुवाद : अर्जुन म्हणाला, आपला जन्म तर अर्वाचीन आहे आणि सूर्याचा जन्म तर प्राचीन काळी, म्हणजे या कल्पाच्या सुरुवातीलाच झालेला होता. मग आपणच कल्पाच्या सुरुवातीला सूर्याला हा योग सांगितला होता, असं मी कसं समजावं?।।४।।

गीतार्थ : यानंतर जे श्रीकृष्णाला हवं होतं तेच घडलं. अर्जुनाच्या मनात श्रीकृष्णाच्या जीवनकाळाबद्दल जिज्ञासा निर्माण झाली, त्याबद्दलच अर्जुन या श्लोकाद्वारे विचारत आहे. श्रीकृष्णाचा उपदेश ऐकून अर्जुन विचारात पडला, श्रीकृष्ण तर साक्षात माझ्यासमोर उभे आहेत, ते माझे समकालीन आहेत. मग ते असं का सांगत आहेत, की कल्पाच्या प्रारंभी पृथ्वीवरील प्रथम पुरुषाचे वडील असलेल्या सूर्यालाही त्यांनी हे ज्ञान दिलं होतं... हे कसं शक्य आहे?

अध्याय ४ : ५-६

५-६

श्लोक अनुवाद : श्रीकृष्ण म्हणाले, हे परंतप अर्जुना, आपल्या दोघांचेही अनेक जन्म झाले आहेत, ते सगळे जन्म जरी तुला माहीत नसले, तरी मला ते माहीत आहेत.।५।।

मी जरी अजन्मा, अविनाशी असलो; सगळ्या प्राण्यांचा ईश्वर असलो, तरी मी स्वतःला प्रकृतीच्या अधीन करून योगमायेने प्रकट होत असतो।।६।।

गीतार्थ : या श्लोकात श्रीकृष्ण एक महत्त्वाची गोष्ट स्पष्ट करतात. ते अर्जुनाला सांगतात, की आपल्या दोघांचंही अस्तित्व हे नित्य आहे. ईश्वरच सर्व सजीवांच्या माध्यमातून स्वतःचीच रूपं साकारतो आणि त्यांच्यात अहंभाव निर्माण करून स्वतःपासून वेगळेपणाचा आभास निर्माण करतो. या विश्वात सर्वत्र ईश्वरच होता, आहे आणि राहील, केवळ त्या रूपात अथवा त्या शरीररूपी वस्त्रात परिवर्तन होत राहतं, जे तो धारण करतो. अशा प्रकारे ईश्वर अथवा त्या परमचैतन्याचा न कधी जन्म होतो आणि न त्याचा अंत होतो.

मग आता प्रश्न असा निर्माण होतो, की असं जर असेल तर 'माझे आणि तुझे असंख्य जन्म झाले आहेत,' असं श्रीकृष्ण का बरं सांगत आहेत? तर याचं उत्तर हेच, की श्रीकृष्ण तर अनुभवाद्वारे सत्य जाणत आहेत, परंतु अर्जुन मात्र ते जाणत नाही. तो अजूनही स्वतःला त्या परमचेतनेहून वेगळी अशी 'अर्जुन' नावाची एक व्यक्तीच समजत आहे. त्याचे विचार, त्याचे प्रश्न हे त्या अर्जुन नावाच्या व्यक्तीचेच आहेत. म्हणून श्रीकृष्णदेखील त्याला त्याच्या त्याच अवस्थेनुसार समजावून सांगण्याचा प्रयत्न करत आहेत.

श्रीकृष्ण अर्जुनाला सांगतात, 'तुझे आणि माझे असंख्य जन्म झालेले असून ते जीवात्म्याच्या स्थूल-सूक्ष्म जगतातील येण्या-जाण्याविषयी

अध्याय ४ : ५-६

आहेत.' कारण अर्जुन अजूनही स्वतःला स्थूल शरीरधारी एक स्वतंत्र मनुष्यच समजत आहे. अशा लोकांचा समज झालेला असतो, की 'मृत्यूनंतर आपला सूक्ष्म देह सूक्ष्मलोकात जातो आणि आपापल्या इच्छा व कर्मांनुसार पुन्हा पृथ्वीवर जन्म घेऊन देह धारण करतो.' कारण त्यांनी असंच काहीसं वाचलेलं, ऐकलेलं असतं. परंतु त्यांना या विषयाचं सखोल ज्ञान किंवा संपूर्ण सत्य हे ठाऊकच नसतं.

वास्तवात एखाद्या वेगळ्या व्यक्तीचा पुनर्जन्म होतो अशी काही गोष्टच नाही. खरंतर सेल्फच जन्म घेत असतो, सेल्फशिवाय अन्य असे कोणी जन्म घेत नाही. स्वतःला वेगळे मानणाऱ्या व्यक्तीचा पुनर्जन्म होतो, असं म्हणता येणार नाही. कारण स्थूल शरीर सोडल्यावरही त्याचा मृत्यू होत नाही. सूक्ष्म जगातली त्याची यात्रा सतत चालूच असते. पुनर्जन्माच्या सुविधेसाठी असं म्हटलं जातं. कारण जेव्हा एखाद्या सूक्ष्म शरीरातील स्मृती नव्या शरीरात वापरल्या जातात, तेव्हा त्या नव्या शरीरात इतर स्मृती स्मरणात राहत नाहीत. त्याला मागच्या जन्मातील सगळेच आठवू लागेल. मग ज्या आठवणी जुन्या शरीरात जमा झालेल्या असतील, तेव्हा तो म्हणेल, 'आधी मी तेथे होतो, आता येथे आहे.' जसं – एखादा मनुष्य सकाळी घरातून बाहेर पडून संध्याकाळी पुन्हा घरी परततो, तेव्हा त्याचा त्या घरात पुनर्जन्म झाला असं आपण म्हणत नाही.

श्रीकृष्ण पुढे सांगतात, की ते सगळे जन्म तू जाणत नसलास, तरी मी जाणतो. अर्जुन जरी आपल्या जुन्या वस्त्ररूपी शरीरातल्या आठवणी विसरला असला, तरी श्रीकृष्णांना त्या अजूनही आठवतात, कारण ते आपल्या खऱ्या स्वरूपात, सेल्फमध्ये स्थापित आहेत.

यानंतर श्रीकृष्ण म्हणतात, 'मी अजन्मा, अविनाशी, सर्व प्राण्यांचा ईश्वर असतानाही आपल्या योग-मायेतून प्रकट होतो.' अर्थात श्रीकृष्ण

हे सत्य अनुभवातून जाणतात. वास्तविक त्यांच्या शरीराद्वारे परमचेतनाच आपल्या दिव्यगुणांसह श्रीकृष्णाची भूमिका बजावण्यासाठी प्रकट झाली आहे.

७-८

श्लोक अनुवाद : हे भारत, जेव्हा जेव्हा धर्माची हानी होते आणि अधर्माचे प्राबल्य वाढते, तेव्हा तेव्हा मी अवतार धारण करून लोकांपुढे प्रकट होतो।।७।।

साधुपुरुषांचा उद्धार करण्यासाठी, पापकर्म करणाऱ्यांचा नाश करण्यासाठी आणि धर्माची सुयोग्य स्थापना करण्यासाठी मी युगे-युगे जन्म घेतो।।८।।

गीतार्थ : गीतेतले हे दोन श्लोक सर्वांत प्रसिद्ध आहेत. कारण यात श्रीकृष्णाने आपल्या आगमनाचं कारण सांगितलं आहे. ते म्हणतात, जेव्हा धर्माची हानी होते आणि अधर्माची वृद्धी होते, तेव्हा मी अवतार घेतो. लोक यातून असा अर्थ काढतात, की कौरव-पांडवांच्या काळात घोर अधर्माच साम्राज्य आलं होतं म्हणून श्रीकृष्णाने अवतार धारण केला. आजही लोक बाहेर घडत असलेल्या घटना बघून म्हणतात, भ्रष्टाचार वाढला आहे. युद्ध, हिंसा, आजार, भूक, भूकंप, त्सुनामी यामुळे लोक त्रस्त आहेत. कलियुग चरमसीमेला पोहोचले आहे. याचाच अर्थ, धर्माची हानी होत आहे म्हणून श्रीकृष्ण लवकरच अवतार घेतील. लोक श्रीकृष्णांना त्याच रूपात ओळखतात, जे त्यांनी कॅलेंडर, पुस्तकं, सीरियलमध्ये बघितलं आहे. शिवाय त्याच रूपात श्रीकृष्णांनी अवतार धारण करण्याची ते वाटही बघत आहेत.

धर्माच्या कुठल्या हानीबद्दल श्रीकृष्ण इथे बोलत आहेत? आणि ते कुठल्या रूपात स्वतःला प्रकट करणार आहेत, ही येथे समजून घेण्याची खरी बाब आहे. खरंतर धर्माची हानी होणे ही बाह्य घटना नसून, प्रत्येकाची आंतरिक स्थिती आहे.

माणूस जेव्हा स्वतःला शरीर मानून जगू लागतो, त्याला शरीराबद्दल आसक्ती (मी शरीर आहे याविषयीचं अज्ञान) निर्माण होते, तेव्हा तो आपल्या मूळ स्वभावापासून दूर जातो. ज्या दिवसापासून मनुष्याने स्वतःला ईश्वरापासून वेगळं समजून, व्यक्ती मानत जगणं सुरू केलं, त्याच दिवसापासून त्याच्यात धर्माची हानी होण्याची सुरुवात झाली. कारण आपल्या स्वभावानुसार, मूळ स्रोतावर स्थापित होऊन जगणे हाच मनुष्याचा मूळ धर्म आहे.

स्वतःला वेगळी व्यक्ती मानणारा मनुष्य इंद्रियसुखांचा गुलाम बनतो. भीती, क्रोध, निराशा, सुख-दुःख, असुरक्षा अशा विकारांनी बद्ध होतो, आणि बंधनात टाकणारी कर्मं करतो. जेव्हा मनुष्यामध्ये धर्माची हानी होते, तेव्हा ती त्याच्या बाह्यरूपात म्हणजे विचार, वाणी आणि क्रियांमधून प्रकट होऊ लागतात.

मग अशा वेळी श्रीकृष्ण कधी आणि कसे प्रकट होणार, असा प्रश्न पडतो. पहिली गोष्ट ही, की तुम्ही जर अर्जुनाचा सारथी असलेल्या शरीराला श्रीकृष्ण म्हणत असाल, तर ते शरीर पंचतत्त्वात विलीन झालं आहे. मात्र परमचेतना, सत्य असे जे श्रीकृष्णरूप आहे ते कायम होतं, आहे आणि राहील.

ती श्रीकृष्ण (चेतना) मानवाला कधी आतून तर कधी बाह्य माध्यमांद्वारे धर्माची किती हानी झालीय याची जाणीव करून देत असते. आता स्वधर्म पुन्हा जागृत करण्याची गरज आहे. जो मनुष्य चेतनेचे संकेत ओळखून त्यावर काम करायला सुरुवात करतो, त्यावेळी आपल्या आतला धर्म लुप्त होत चाललाय, हे त्याला जाणवतं. त्याला जेव्हा आपल्या अज्ञानाचं ज्ञान होतं, तेव्हा त्याच्या आत श्रीकृष्ण (चेतना) प्रकट होऊ लागते. मग ज्यादिवशी त्याला आत्मानुभव होतो, त्यादिवशी त्याच्या अंतर्यामी असलेला श्रीकृष्ण

पूर्णरूपात प्रकट होतो आणि ते शरीर श्रीकृष्णाची बासरी बनून आपली अभिव्यक्ती करू लागतं.

ज्या गोष्टीमुळे आपल्यात सत्य प्रकट झालं, वास्तविक तेच श्रीकृष्णाचं साक्षात रूप आहे. मग तेच गुरू असतील, ज्ञान देणारे पुस्तक असेल, सत्यमार्गावर चालण्यासाठी प्रेरित करणारा सत्यमुखी असेल, सत्यशिबिराची माहिती देणारं एखादं पोस्टर असेल. ज्या कोणत्या गोष्टीमुळे आपण सत्‌संगात जाल, ती प्रत्येक गोष्ट श्रीकृष्णाचे, (चेतनेचे) साक्षात रूप (संकेत) असेल.

श्लोकात पुढे सांगितलंय, की श्रीकृष्ण येतील आणि दुर्जनांचा नाश, सज्जनांचं रक्षण करतील. इथे दुर्जनांचा नाश करणं म्हणजे त्यांना ठार मारणं नव्हे, कारण शरीर तर शव आहे. तथापि दुर्जनांमध्ये असलेला अहंकार नष्ट करणं, त्यांच्यातले विकार नाहीसे करणं असा याचा अर्थ आहे. दुर्जनांमध्ये असलेला अहंकार जेव्हा नष्ट होईल, तेव्हा ते सज्जन बनतील आणि त्यांच्यात धर्माचा उदय होईल, धर्माची स्थापना होईल.

साधूंचं रक्षण करणं याचा अर्थ, मायेपासून रक्षण करणं होय, जी सत्याच्या (श्रीकृष्णाच्या) प्रकटीकरणानंतर नष्ट होते. खरी सुरक्षा तिथेच आहे, जिथे तुम्ही पाखंडापासून दूर, कायम स्वानुभवात राहता. अन्यथा कायम भीती असते, की अहंकार पुन्हा उफाळून वर येईल, त्रास देईल, दुःख देईल. मात्र स्वानुभवात स्थापित झाल्यानंतरच खरे संरक्षण होते.

९

श्लोक अनुवाद : हे अर्जुना, माझे जन्म आणि कर्म दिव्य अर्थात निर्मळ, अलौकिक आहेत. अशा प्रकारे हे तत्त्व, जो मनुष्य जाणतो, तो मृत्यूनंतर शरीराचा त्याग केल्यानंतर पुन्हा जन्म न घेता मलाच प्राप्त होतो।।९।।

अध्याय ४ : ९

गीतार्थ : हा श्लोक वरवर वाचून लोक अर्थ काढतात, की श्रीकृष्ण कुठल्यातरी स्वर्गलोकात राहतात आणि जे लोक आपल्या भक्तीने त्यांना प्रसन्न करतात, ते त्यांच्याबरोबर राहतात. म्हणजे मृत्यू झाल्यानंतर ही पृथ्वी सोडून ते लोक श्रीकृष्णाबरोबर त्या लोकात निवास करतात. पुन्हा कधीच ते पृथ्वीवर येत नाहीत. लोकांना श्रीकृष्णाच्या निवासलोकाची कल्पना फारच आवडते. कारण त्यांना वाटते, की तिथे वैभव, दूध-तुपाच्या नद्या, सर्व प्रकारच्या सुख-सुविधा आणि सुख-शांती आनंद आहे, अशी ते कल्पना करतात.

या श्लोकात ज्या अवस्थेबाबत सांगितलं आहे, ती याच जन्मात, याच शरीरात प्राप्त करणं शक्य आहे. श्रीकृष्णाला जाणणे याचा अर्थ आपल्या अंतर्यामी असलेल्या सेल्फचा अनुभव घेणे. आपल्या आत, बाहेर, सर्वत्र, प्रत्येक गोष्टीत त्या सेल्फला बघणे. श्रीकृष्णाचा जन्म आणि कर्म जाणून घेण्याचा अर्थ आहे, स्वतःमध्ये आणि इतरांच्यात त्या दिव्य चेतनेला बघणं, जाणणं. कर्ताभाव सोडून आपल्यात आणि इतरांमध्ये प्रत्येक कर्माचा कर्ता त्याच चेतनेला मानणं. अशा प्रकारे या जगात जे काही चाललं आहे त्याला ईश्वरीय अभिव्यक्ती समजून आपली भूमिका सर्वोत्तम रीतीने पार पाडणं, हेच श्रीकृष्णतत्त्वाला जाणून घेण्यासारखं आहे.

जो मनुष्य ही गूढ बाब समजून घेतो आणि अनुभवात आणतो, तो पुन्हा शरीर प्राप्त करत नाही, तर तो श्रीकृष्णाला प्राप्त होतो. इथे शरीर त्यागण्याचा अर्थ, शरीराच्या मृत्यूनंतर असा नव्हे तर शरीराप्रतिची आसक्ती नष्ट होण्याशी आहे. जेव्हा 'मी शरीर नाही, सेल्फ आहे,' हा बोध प्राप्त होतो, तेव्हा माणूस स्वतःकडे शरीरापासून अलिप्त होऊन बघतो. मग त्याची ओळख फक्त शरीरापर्यंत मर्यादित राहत नाही, तर असीमित सेल्फ बनून जाते. हाच शरीराचा खरा त्याग आहे.

अध्याय ४ : ९

जे लोक जिवंतपणी शरीराचा त्याग करू शकत नाहीत, ते मृत्यूनंतरही शरीर त्यागू शकत नाहीत. कारण स्थूल शरीराच्या मृत्यूनंतर माणूस आपल्या सूक्ष्म शरीराशी आसक्त राहतो. त्याची वृत्ती, सवयी, समज सूक्ष्म शरीरातही कायम राहते. इथेही तो स्वतःला सेल्फपासून वेगळा जीवच समजतो.

शरीर त्यागानंतर पुन्हा जन्म न होणे याचा अर्थ आहे- मी शरीर आहे... मी वेगळा आहे... असा विचार करणाऱ्या अहंकाराचं गळून पडणं आणि त्याची पुनर्निर्मिती न होणं. वास्तवात अहंकार ('मी'चा भाव) नष्ट होणं हाच खरा मृत्यू आहे. यानंतर मनुष्य श्रीकृष्णाला (सेल्फला) प्राप्त करू शकतो. शिवाय स्थूल शरीरात असतानादेखील हे घडू शकते.

अध्याय ४ : ९

● मनन प्रश्न :

१. आपण शरीर नाही, तर आपण सेल्फ आहोत. शरीर नष्ट झाल्यानंतरही आपण जिवंत राहतो, या सत्यावर तुम्हाला किती दृढता प्राप्त झाली आहे?

२. आपल्या जीवनात निमित्तमात्र असं काय आहे, जे आपल्यापर्यंत ज्ञान पोहोचवण्यासाठी पुलाचं काम करतं? ते आपल्या ध्यानक्षेत्रात आणा आणि त्याला हृदयापासून धन्यवाद द्या.

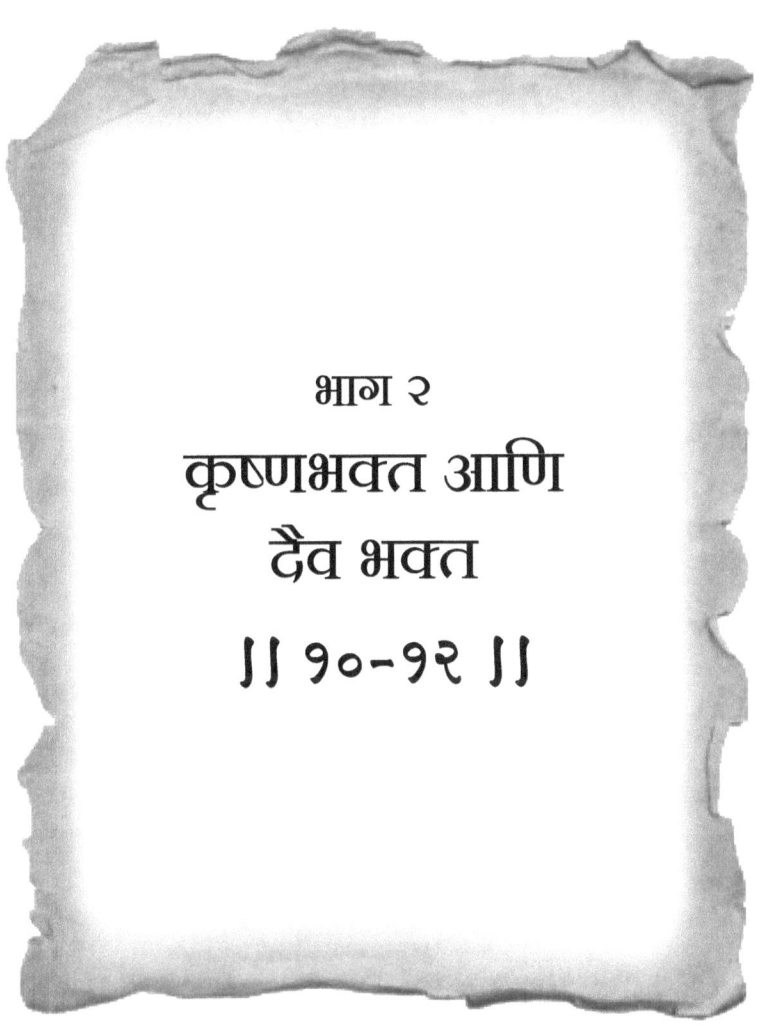

भाग २

कृष्णभक्त आणि दैव भक्त

॥ १०-१२ ॥

अध्याय ४

वीतरागभय क्रोधा मन्मया मामुपाश्रिताः । बहवो ज्ञानतपसा पूता मद्भावमागताः।।१० ।।

ये यथा माँ प्रपद्यन्ते तांस्तथैव भजाम्यहम्। मम वर्त्मानुवर्तन्ते मनुष्याः पार्थ सर्वशः ।।११ ।।

काङ्क्षन्तः कर्मणां सिद्धिं यजन्त इह देवताः। क्षिप्रं हि मानुषे लोके सिद्धिर्भवति कर्मजा।।१२ ।।

१०

श्लोक अनुवाद : यापूर्वीही ज्यांचे राग, भय, क्रोध कायमस्वरूपी नष्ट झाले होते आणि जे अनन्य प्रेमपूर्वक माझ्यात वास करतात, असे माझे आश्रित बरेचसे भक्त ज्ञानरूपी तपाने पवित्र होऊन माझ्या स्वरूपास प्राप्त झाले आहेत।।१०।।

गीतार्थ : श्रीकृष्ण अर्जुनाला सांगतात, अशी स्थिती (जन्म-मृत्यूचा फेरा) प्राप्त करणे अशक्य नाही. जेव्हा एखाद्या भक्ताचं संसारी गोष्टींचं आकर्षण, कामना नाहीशा होतात, तेव्हा ते मला इतके समर्पित होतात, की त्यांच्यात भीती, असुरक्षितता, क्रोध हे विकार राहतच नाहीत. ते माझ्या इच्छेलाच आपली इच्छा मानून जगतात, माझ्या भक्तीतच लीन होतात आणि मला प्राप्त करतात अर्थात आपल्यातील सेल्फवर स्थापित होतात.

या जगात असे असंख्य योगी, भक्त, संत होऊन गेलेत आणि आहेत, ज्यांनी ही आत्मानुभवाची स्थिती आपल्या सशरीराद्वारे प्राप्त केली आहे. पण प्रत्येकाचे नाव, त्या सगळ्यांचे जीवन लोकांपुढे आले नाही. ज्या आत्मसाक्षात्कारी संतांची अभिव्यक्ती लोकांसमोर आली, त्यांचीच नावं परिचित झाली. उदाहरणार्थ, भगवान बुद्ध, महावीर, संत कबीर, संत ज्ञानेश्वर, नामदेव, तुकाराम, मन्सूर, चैतन्य महाप्रभू, संत रविदास. ही यादी बरीच मोठी आहे. प्रत्येक काळात, प्रत्येक देशात असे आत्मानुभवी संत पृथ्वीवर जन्म घेतातच.

११-१२

श्लोक अनुवाद : कारण हे अर्जुना, जो भक्त ज्या प्रकारे मला पूजतो, मी त्याला तसेच फळ देतो. हे रहस्य जाणल्यामुळे बुद्धिमान मनुष्य सर्व प्रकारे मी सांगितलेल्या मार्गांचे अनुकरण करतात।।११।।

याविरुद्ध, जे लोक माझे हे तत्त्व जाणत नाहीत, ते कर्मफळाच्या अपेक्षेने देवांची पूजा करतात. त्यातून त्यांना अपेक्षित सिद्धी लवकर मिळते. पण माझी प्राप्ती होत नाही।।१२।।

गीतार्थ : मागच्या श्लोकात श्रीकृष्ण विस्तृतपणे सांगतात, की जे भक्त मला जसे

अध्याय ४ : ११-१२

भजतात, तसे मी त्यांना फळ देतो. इथे भजण्याचा अर्थ आहे, मनुष्य ज्या अपेक्षेने ईश्वराचं स्मरण करतो, तो हेतू.

जोपर्यंत माणसाला स्वबोध प्राप्त होत नाही, तोपर्यंत तो कुठली ना कुठली कामना मनात धरूनच ईश्वराची उपासना करतो. जसं, नोकरी, प्रमोशन, गाडी, घर, चांगला जीवनसाथी, संतती इत्यादीसाठी.

बरेच ज्ञानी साधक कुठल्यातरी व्यक्तिगत इच्छापूर्तीसाठी परमेश्वराची उपासना करतात. कोणाला पुण्य मिळवायचं असतं तर कुणाला स्वर्ग मिळवायचा असतो, कुणाला सिद्धी प्राप्त करायच्या असतात तर कुणाला पारलौकिक शक्ती हव्या असतात.

मात्र खूप कमी साधक आत्मसाक्षात्कार व्हावा या इच्छेने देवाची उपासना करतात. या इच्छेने जेव्हा तो देवाची अधिकाधिक साधना करू लागतो, तो देवाच्या प्रेम-भक्तीत अधिकाधिक डुंबू लागतो, जेव्हा त्याची ही इच्छाही संपते तेव्हा त्याला कळते, की तो ज्याचा बाहेर शोध घेत होता, तो परमानंद त्याच्या आतमध्येच आहे. तो स्वतःच ईश्वराचे रूप आहे.

जेव्हा श्रीकृष्ण म्हणतात, की जे भक्त माझी जशी उपासना करतात, त्यांना मी तशाप्रकारे फळ देतो. याचाच अर्थ, उपासनेमागे जो भाव असतो, त्याच भावाने फळ मिळते. अर्थात ज्यांना लौकिक गोष्टींची इच्छा असते, त्यांना मी ते देतो, मात्र त्यांना माझी अर्थात स्वानुभवाची प्राप्ती होत नाही.

खरंतर रावण आणि हनुमान दोघंही तपस्वी होते. रावणाने शक्ती आणि सिद्धींसाठी ईश्वराची उपासना केली. ईश्वराने त्याला त्या दिल्याही. मात्र त्याने त्यांचा जो दुरुपयोग केला त्याचं फळ त्याला मिळालंही. जर त्याने तपस्येने स्वानुभव मिळवला असता, तर **रावणाचाही राम बनला असता**. हनुमानाने आपल्या भक्ती आणि तपस्येने केवळ रामप्राप्तीची इच्छा केली आणि त्याला राम-स्वानुभव प्राप्त झाला.

सांगण्याचं तात्पर्य, ज्या व्यक्तिगत इच्छेने तुम्ही उपासना कराल,

अध्याय ४ : ११-१२

ती पूर्ण होईलही परंतु त्याचे दुष्परिणामही तुम्हाला भोगावे लागतील. जर तुम्ही तुमच्या जन्माचे उद्दिष्ट, कधीच न हरवणारी शांती आणि आनंद मिळवू इच्छित असाल तर ईश्वराकडे त्यालाच मागा, त्याच्या इच्छेलाच आपली इच्छा बनवा. पूर्ण स्वीकार आणि समर्पित भावनेनं जीवन जगताना ईश्वरभक्तीत लीन व्हा, म्हणजे ईश्वरच मिळेल.

पुढे श्रीकृष्ण सांगतात, 'जे लोक मला तत्त्वाने जाणत नाहीत ते फळाच्या अपेक्षेने परमेश्वराची पूजा करतात. ज्यायोगे कर्मांद्वारे उत्पन्न होणारी सिद्धी तर त्यांना त्वरित मिळते पण माझी प्राप्ती होत नाही.'

जगात ईश्वराविषयी असलेल्या गैरसमजामुळे अधिकतर लोक अनेक देवतांप्रति केल्या जाणाऱ्या कर्मकांडांनाच भक्ती समजतात. ते आपल्या वेगवेगळ्या इच्छांपूर्तीसाठी भिन्न-भिन्न ईश्वराची भक्ती करतात. जसं, एखादी कला प्राप्त व्हावी यासाठी लोक सरस्वतीची उपासना करतात. धनप्राप्तीसाठी लक्ष्मीची पूजा करतात. असे भक्त लक्ष्मीमातेकडे धनसंपदा, ऐश्वर्य तर देवी सरस्वतीकडे ज्ञान, विद्या मागतात. पण स्वबोध मिळावा ही मागणी मात्र कुणी करत नाही.

● **मनन प्रश्न :**

१. आजवर आपण ईश्वराची कोणत्या रूपात आणि कुठल्या समजेसह पूजा करत होतो? या अध्यायात समज प्रगल्भ झाल्यानंतर आता त्यात काय परिवर्तन होईल?

२. श्रीकृष्णाच्या कथनानुसार, 'जे भक्त मला जसे भजतात, त्याचप्रकारे मी त्यांना फळ देतो.' यावर मनन करा. आता तुम्ही ईश्वराची कोणत्या भावनेनं पूजा कराल?

भाग ३
कर्म, अकर्म आणि फळ
।। १३-२१ ।।

अध्याय ४

चातुर्वर्ण्यं मया सृष्टं गुणकर्मविभागशः । तस्य कर्तारमपि मां विद्धयकर्तारमव्ययम् ।।१३ ।।

न मां कर्माणि लिम्पन्ति न मे कर्मफले स्पृहा । इति मां यो।भिजानाति कर्मभिर्न स बध्यते।।१४ ।।

एवं ज्ञात्वा कृतं कर्म पूर्वैरपि मुमुक्षुभिः। कुरु कर्मैव तस्मात्वं पूर्वैः पूर्वतरं कृतम् ।।१५।।

किं कर्म किमकर्मेति कवयोऽप्यत्र मोहिताः। तत्ते कर्म प्रवक्ष्यामि यज्ज्ञात्वा मोक्ष्यसेऽशुभात् ।।१६ ।।

कर्मणो ह्यपि बोद्धव्यं बोद्धव्यं च विकर्मणः । अकर्मणश्च बोद्धव्यं गहना कर्मणो गतिः।।१७ ।।

कर्मण्य कर्म यः पश्येदकर्मणि च कर्म यः। स बुद्धिमान्मनुष्येषु स युक्तः कृत्स्नकर्मकृत् ।।१८ ।।

यस्य सर्वे समारम्भाः कामसंकल्पवर्जिताः। ज्ञानाग्निदग्धकर्माणं तमाहुः पंडितं बुधाः।।१९ ।।

त्यक्त्वा कर्मफलासङ्गं नित्यतृप्तो निराश्रयः। कर्मण्यभिप्रवृत्तोऽपि नैव किंचित्करोति सः ।।२० ।।

निराशीर्यतचित्तात्मा त्यक्तसर्वपरिग्रहः। शारीरं केवलं कर्म कुर्वन्नाप्नोति किल्बिषम् ।।२१ ।।

१३-१४

श्लोक अनुवाद : ब्राह्मण, क्षत्रिय, वैश्य आणि शूद्र असे चार वर्ण समूह गुण आणि कर्मांच्या आधारावर माझ्याद्वारे तयार झाले आहेत. त्यांचा कर्ता, माझ्यासारखा अविनाशी परमेश्वर तू वास्तवात अकर्ता आहे, जे जाणून घे।।१३।।

कर्मफळाची मला आसक्ती नाही, त्यामुळे मला कर्म बांधू शकत नाहीत. म्हणून जे मला तत्त्वांद्वारे जाणून घ्यायचं आहे, ते कर्मांद्वारे बांधले जाऊ शकत नाही।।१४।।

गीतार्थ : सेल्फनेच मनुष्याला निर्माण केलंय. त्याने मनुष्यात वेगवेगळे गुण आणि स्वभाव प्रदान केले, जेणेकरून जगातली त्याची सर्व प्रकारची कर्तव्य कर्मं, प्रत्येक भूमिका पार पाडली जाईल आणि संसाराच्या रंगमंचावर सेल्फची लीला चालत राहील. उदाहरणार्थ, एका देशाची व्यवस्था नीट चालावी म्हणून कोणकोणत्या भूमिका करणारे लोक लागतात? नेता, प्रशासकीय अधिकारी, सैनिक, पोलिस, वैज्ञानिक, शिक्षक, डॉक्टर, इंजिनियर, कष्टकरी, विद्यार्थी, शेतकरी, कलाकार आणि असंख्य प्रकारच्या लोकांची गरज असते.

मनुष्य आपले गुण, स्वभाव, आवड, उपलब्ध सोयी, गरजा यांवर आधारित आपली भूमिका निवडतो आणि तो ती निभावतोही. प्रत्येक भूमिका महत्त्वाची असते. कुठलीही भूमिका कमी-जास्त महत्त्वपूर्ण नाही. हे जग जर एक इमारत आहे, असं समजलं तर त्यातली प्रत्येक भूमिका ही तिला उपयुक्त अशा विटेसारखी आहे. इमारत बांधण्यासाठी प्रत्येक वीट तितकीच महत्त्वपूर्ण असते.

जसं, दहावीनंतर विषयानुसार विद्यार्थी कला, वाणिज्य, शास्त्र या शाखेकडे वळतात, तसंच आपल्या पूर्वजांचा त्यांच्या गुण, स्वभाव, भूमिकांनुसार वेगवेगळ्या वर्णांत समावेश केला गेला. सत्याची उपासना करणाऱ्या, पूजा-पाठ करणाऱ्या शिक्षक आणि गुरूंना ब्राह्मण वर्णात समाविष्ट केलं गेलं. देशाचं प्रशासन आणि सुरक्षा सांभाळणाऱ्या लोकांचा क्षत्रिय वर्ण निश्चित केला गेला. व्यापाऱ्यांचा वैश्य वर्णात तर कष्टकरी- सेवकांचा शूद्र वर्णात समावेश केला गेला.

श्रीकृष्ण म्हणतात, या सृष्टीत ब्राह्मण, क्षत्रिय, वैश्य आणि शूद्र या चार वर्णांची निर्मितीही मीच केली आहे आणि मी अविनाशी ईश्वरच त्यांचा कर्ता आहे. म्हणजेच त्या चार वर्णांच्या लोकांद्वारे जी कर्मं केली जातात, खरंतर ती मीच घडवत असतो. श्रीकृष्ण इथे एकम्‌बद्दल, एकत्वाबद्दल बोलत आहेत. संसारात वेगवेगळ्या लोकांद्वारे जी कर्मं केली जातात, ती खरंतर त्यांच्या आत असलेल्या चेतनेद्वारे केली जातात. पण ती चेतना त्या कर्माने बद्ध होत नाही. कारण ती कर्मं आणि त्याच्या फळाद्वारे आसक्त नसते. म्हणून ती चेतना मुक्त आहे, अकर्ता आहे.

श्रीकृष्ण पुढे म्हणतात, जेव्हा आत्मयोगाची समज मिळते आणि 'मी कर्ता नाही,' हे समजते, तेव्हा कर्माचे बंधन बनत नाही. जेव्हा मनातून समजेसह हे वाक्य निघतं, की 'मी' नाहीच, ईश्वरच आहे, तेव्हा सत्याबद्दलचे विचार यायला सुरुवात होते आणि बोध मिळतो, की ईश्वरच आहे आणि त्याच्याद्वारेच सगळी कार्यं होत आहेत. जेव्हा ईश्वरच सगळं काही करतो, सर्वकाही त्याच्या मर्जीनुसारच घडतं, तेव्हा कर्माचं बंधन बनत नाही आणि हाच मोक्ष आहे. कर्मयोगी सगळी कार्यं समर्पण भावनेनं करतो. म्हणून तो बंधनात अडकत नाही, तर कायम मुक्त आणि आनंदी राहतो.

इथे एक आणखी गोष्ट समजण्यायोग्य आहे, १३व्या श्लोकात चार वर्ण विभागांबाबत उल्लेख आला आहे. त्या चार वर्ण विभागांना समाजाची व्यवस्था व्यवस्थित चालण्यासाठी बनवलं गेलं आहे. अशी व्यवस्था कॉलेजमधील विद्यार्थ्यांसाठी केली जाते. सुरुवातीला ही गोष्ट लोकांना माहीत होती. मात्र हळूहळू काही लोकांनी स्वतःला इतरांपेक्षा श्रेष्ठ समजण्यसाठी श्रेष्ठता क्रम ठरवला, की अमुक एक वर्ण उच्च आहे आणि अमुक वर्ण निम्न. जर प्रत्येक भूमिका त्या सेल्फचीच आहे तर मग श्रेष्ठ–कनिष्ठ येतंच कुठून? मात्र अहंकार माणसाकडून जे काही करून घेईल, ते कमीच आहे.

यासोबतच गुण आणि भूमिका यांच्या आधारावर बनलेल्या वर्णव्यवस्थेने जातींच्या आधारावर व्यवस्था बनवली. जेणेकरून पुढची पिढी गुणवान नसली तरी जन्मावरून ती श्रेष्ठ वर्णांत गणली जावी आणि इथेच एक चांगली व्यवस्था बिघडली. त्यामुळे बऱ्याच लोकांनी याचा लाभ उठवला तर अनेकांवर अन्याय झाला. सेल्फने प्रत्येकच काळात संत आणि समाज-सुधारक यांच्याद्वारे लोकांना जागृत करण्याचा प्रयत्न केला, मात्र आजपर्यंत जातींवर आधारलेली वर्णव्यवस्था श्रेष्ठ-कनिष्ठता यांवरच टिकून राहिली आहे.

१५

श्लोक अनुवाद : पूर्वीपासून मुमुक्षू पुरुषांनी स्वतःला जाणून घेत कर्म केली आहेत, म्हणून तू सुद्धा पूर्वजांद्वारे सदैव केली जाणारी कर्मं त्यांच्यासारखीच कर॥१५॥

गीतार्थ : श्रीकृष्ण येथे मुमुक्षू व्यक्तीबद्दल सांगत आहेत. ज्याला मोक्षाची अभिलाषा असते, त्या भक्त किंवा साधकाला मुमुक्षू म्हटलं जातं. ज्याच्या साधनेचा उद्देश सुख-सिद्धी मिळवणं नसून स्वतःला जाणणं हाच असतो. श्रीकृष्ण अर्जुनाला सांगतात, की तुला तीच कर्तव्यकर्म करायची आहेत, जे तुझे पूर्वज आधीपासून करत आलेत. अर्थात धर्म आणि न्यायाच्या रक्षणासाठी क्षत्रिय धर्माचं पालन करताना तुला युद्ध तर करावंच लागणार आहे. मात्र ते असंच कर जसं तुझ्या पूर्वजांनी स्वतःला जाणल्यानंतर केलं होतं. सोप्या शब्दात सांगायचं तर श्रीकृष्णांनी सेल्फवर स्थापित होऊन अकर्ता भावाने युद्ध करण्यास अर्जुनाला सांगितलं.

स्वतःला जाणून घेण्याची ही ओढ मानवात अनेक शतकांपासून सुरू आहे आणि त्यासाठी तो अखंड प्रयत्न करत आहे. पूर्वीच्या काळी समाजाने असे काही नियम बनवले होते, ज्यामुळे माणसाचा संपूर्ण विकास

अध्याय ४ : १६-१७

होऊन ईश्वराने संसारात त्याला दिलेली भूमिका तो योग्य प्रकारे पार पाडू शकेल, सत्य प्राप्त करू शकेल. यासाठी शिक्षण, गृहस्थाश्रम, सत्याचा शोध घेण्यासाठी काळ निर्धारित केला जात असे. आयुष्यातली शेवटची ५० वर्षं सत्यप्राप्तीसाठी राखीव होती. यामुळे जास्तीत जास्त लोक मुमुक्षू बनत. शिक्षण आणि सुरक्षित सत्य संघामुळे लोक अल्पकाळातच 'नकली मी'चे ओझे उतरवून, कर्मांपासून मुक्ती मिळवत. पूर्वजांना हे नक्की माहीत होते, की स्वतःला वेगळे मानणारा 'मी' अस्तित्वातच नाही. जे काही घडतं आहे ते ईश्वर, सेल्फ किंवा सत्याच्या उपस्थितीतच घडत आहे. म्हणून ते स्वानुभवात स्थित होऊन कर्म करत.

मात्र अर्जुनाच्या वेळी असलेली परिस्थिती आता बदलली आहे. मोह, माया, स्वार्थ, घृणा या विकारांचा मनुष्य शिकार झाला आहे. आता या विकारांचा प्रभाव आणखीनच वाढला आहे. माणसाच्या हातातल्या मोबाईलमध्ये सर्व मोहमाया सामावली आहे, जी त्याला सत्यापासून दूर नेण्यास पुरेशी आहे. मायेच्या वाढत्या प्रभावातही कुठल्या ना कुठल्या माध्यमातून सत्य आपल्यापर्यंत पोहोचत आहे. यासाठी आपण स्वतःला नशीबवान समजायला हवं. कारण आपल्याला आपली गीता ऐकू येत आहे. आता ती किती ऐकायची आणि त्याची किती अंमलबजावणी करायची, हे मात्र सर्वस्वी आपल्यावर अवलंबून आहे.

१६-१७

श्लोक अनुवाद : कर्म म्हणजे काय? आणि अकर्म म्हणजे काय? याचा निर्णय घेताना बुद्धिमान पुरुषही मोहित होतो. म्हणून मी ते कर्मतत्त्व विस्तृत रूपात समजावून सांगणार आहे, जे जाणल्यानंतर अशुभ गोष्टीतून, कर्मबंधनातून तू मुक्त होशील.।।१६।।

मनुष्याला कर्म आणि अकर्म यांचे स्वरूप समजायला हवे. तसंच

विकर्माचेही स्वरूप समजले पाहिजे. कारण कर्माची गती अतिशय गहन आहे।।१७।।

गीतार्थ : मानव जन्मापासून मृत्यूपर्यंत या पृथ्वीवर काही ना काही कर्मं करतच असतो. त्याची काही कर्मं सजगतेत, काही बेहोशीत, तर काही यांत्रिकपणे होतात. त्याची कर्मं कायम त्याच्यासोबतच असतात. त्यातली चांगली फळे भविष्यात समोर येतात. माणसाला सर्वाधिक प्रभावित त्याची कर्मंच करत असतात. शिवाय जी गोष्ट त्याने सर्वाधिक जाणून घेणं गरजेचं आहे, ती म्हणजे कर्मसिद्धान्त.

आपल्या पूर्वकर्मांनुसारच आपलं वर्तमान बनतं. आज तुम्ही सुखी, दुःखी, गरीब, श्रीमंत, निरोगी वा आजारी असाल तर ते तुमच्या कर्मांचंच फळ आहे. ही कर्माची उकल तुम्हाला तेव्हाच होईल, जेव्हा तुम्ही कर्मसिद्धान्त, निसर्गनियम, कर्मसंकेत, कर्ता कोण, भोक्ता कोण आणि तुम्ही कोण, हे सगळं जाणून घ्याल.

माणसाने काय करावं, कसं करावं, काय टाळावं या गोष्टी त्याला जितक्या लवकर समजतील, तेवढं ते त्याच्यासाठी सर्वांत सर्वोत्तम राहील.

कर्मांच्या विभिन्न रूपांबद्दल श्रीकृष्णांनी काय सांगितले आहे, ते समजून घेऊ या.

कर्म : भाव, विचार, वाणी आणि क्रियेद्वारा माणूस जे काही करतो, त्याला मनुष्याची कर्मं म्हटलं जातं. काही जाणल्यानंतर योग्य-अयोग्य विचार करणं हेदेखील कर्मच आहे. प्रत्येक कर्माचं फळ हे मिळतंच.

सकाम कर्म : 'मी केलं' या समजेसह केलं गेलेलं प्रत्येक कर्म सकाम कर्म ठरतं. ज्या कर्मासोबत कर्ता भाव जोडला जातो, ते सकाम कर्म बनतं. अशा कर्मांचंच बंधन बनतं.

पुण्य कर्म : ज्या वाणी, विचारक्रियेमुळे समाजाचं भलं होतं, हित साधतं,

लोकांना चांगलं वाटतं, सुख मिळतं, ती कर्मं पुण्य कर्मं म्हटली जातात.

पाप/निषिद्ध कर्म : ज्या क्रियेमुळे मनुष्य, पशू, पक्षी, जीव, निसर्ग यांची हानी होते, त्यांना त्रास होतो, ज्या शब्दाने वाईट वाटते त्यांना पाप कर्मं म्हटलं जातं. पुढे काही सखोल उत्तरं दिली आहेत.

पाप-पुण्याची परिभाषा समजून घेण्यासाठी कर्मांचे वेगवेगळे पैलू पाहू या.

जी कर्मं बेहोशीत केली जातात वा जे विचार आणि वाणी बेहोशीत उच्चारली जाते, ती पाप कर्मं आहेत. जे कर्मं, विचार, संवाद सजगतेत केले जातात, ते पुण्य कर्मं होत.

जे विचार, क्रिया, वाणी अनावश्यक ठरतात, ती पाप कर्मं आहेत. युद्ध जर आवश्यक असेल तर ते पाप कर्म न ठरता पुण्य कर्म ठरतं. उदाहरणार्थ, महाभारताचे युद्ध आवश्यक असल्यामुळे ते पुण्य कर्म ठरले आणि विश्वाला गीतेचे ज्ञान मिळाले.

याचं आणखी सूक्ष्मतेनं अवलोकन केलं तर लक्षात येईल, ज्या क्रियेत कर्ताभाव आहे, 'मी केलं, माझं आहे, मला मिळेल' तर ते पापकर्म आहे. कारण ते आपल्याला स्वतःपासून दूर नेत असतं. मात्र जी क्रिया अकर्ता भावातून केली जाते, ती पुण्य कर्म ठरतं. कारण ती आपल्याला सेल्फच्या जवळ घेऊन जाते. जी कर्मं, धारणा, पूर्वग्रह वाढवतात, ती सर्व पाप कर्मं आहेत. जी कर्मं धारणांचं खंडन करतात, ती पुण्य कर्मं आहेत.

जी कर्मं तुम्हाला सेल्फचा बोध करतात, ती पुण्य कर्मं आहेत. ज्यामुळे तुम्ही खऱ्या स्वरूपापासून दूर जाता, त्याला विसरता, ते पाप कर्म आहे.

प्रतिकर्म : प्रतिकर्म म्हणजे प्रतिक्रिया. एखादा माणूस जर तुम्हाला बरे-वाईट बोलला, तर तुम्हीही त्याला अपशब्द वापरता. जर तो तुम्हाला वाईट-साईट बोलला नसता, तर तुम्हीही त्याला शिवीगाळ केली नसती.

म्हणजेच अपशब्द वापरणे वा न वापरणे हे त्या मनुष्याने केलेल्या निंदेवर अवलंबून असते. यालाच प्रतिकर्म असं म्हणतात. अशा प्रकारे माणसाकडून कर्म कमी आणि प्रतिकर्मच जास्त होते.

जेव्हा तुमचे कर्म इतरांच्या क्रियेवर अवलंबून असते, तेव्हा ते प्रतिकर्म बनते. कुणी तुमची प्रशंसा केली, तर तुम्ही त्याचे काम करता. त्याने जर तुमची प्रशंसा केली नसती, तर तुम्ही त्याचे काम केले नसते.

शुभ कर्म : मनुष्याला जेव्हा कर्म-प्रतिकर्माचं ज्ञान होतं, तेव्हा त्याची समज प्रगल्भ होत जाते. प्रतिकर्मातून पुढे जात तो शुभ कर्मापर्यंत पोहोचतो. जे कर्म तुम्हाला सत्याकडे घेऊन जातं, सेल्फवर स्थापित होण्यासाठी मदत करतं, ते शुभ कर्म आहे.

अकर्म : कर्म करण्यामागे जो भाव आणि उद्देश असतो, त्यावरून तुमची क्रिया कर्म आहे की अकर्म, हे ठरत असतं. ज्या क्रियेत कर्ता भाव आणि विकार नसतात, ती कर्मं अकर्म म्हटली जातात. अकर्मामुळे कर्मबंधन तयार होत नाही, हीच अकर्माची ओळख आहे.

अर्थात ज्या कर्मांचे बंधन बनते, ते प्रतिकर्म आहे. ज्यांचे बंधन बनत नाही, ते अकर्म आहे. ज्या कर्मापासून लोखंडाची बेडी (बंधन) तयार होते, ते पाप आहे. ज्यांच्यापासून सोन्याची साखळी तयार होते, ते पुण्य आहे. यात कर्म तर होतच असतं पण कर्म करण्याचा भाव नसतो. ही तुम्हाला 'मी कोण आहे' या समजेद्वारे प्राप्त होते.

विकर्म : मनुष्याला जेव्हा कर्म-प्रतिकर्माचं ज्ञान होतं, तेव्हा त्याची समज वाढते, प्रतिकर्म विकर्मापर्यंत पोहोचते. विकर्म करताना मनुष्य वर्तमानात राहतो म्हणजे त्याचे मन कार्याप्रति एकाग्र आणि सजग बनते. जेव्हा मनुष्य वर्तमानात राहून कार्य करतो, तेव्हा ते कर्म विकर्म म्हणजे विशेष कर्म बनते.

कर्म करताना मनुष्याचे भाव, विचार, वाणी आणि क्रिया एकच

असायला हव्यात. या चारही क्रिया एकाच दिशेने व्हाव्यात, म्हणजे ते कार्य योग्य तऱ्हेने पार पडेल. बऱ्याचदा असं लक्षात येतं, की एखादं काम (हातानं) चालू आहे, पण मनात काहीतरी वेगळेच विचार सुरू आहेत आणि मनात असलेल्या भावना मात्र त्याविरुद्ध आहेत. अशा प्रकारे मनुष्याचे कर्म खंडित बनते.

एक मनुष्य देवळात जाऊन शंकराच्या पिंडीची पूजा करत असतो. त्यावर बेलपत्र, फूल, दूध वाहतो, तोंडानी मंत्र, स्तोत्र म्हणतो पण त्याचं सगळं लक्ष मात्र घरी लागलेलं असतं. त्याचे घरी पत्नीशी भांडण झालं होतं. तिने त्याचा अपमान केला होता, तेव्हा त्याच्या मनात विचार येतात, 'आज ती असं म्हणाली, तसं म्हणाली, माझं आयुष्य असंच आहे. बायको माझा आदर करत नाही, माझं ऐकत नाही.' अशा प्रकारे त्या मनुष्याच्या मनात चाललेले विचार त्यांच्या कर्मापेक्षा वेगळे असतात. वर्तमानात शरीराकडून पूजा करण्याचे कर्म तर सुरू आहे पण मन मात्र दुसरीकडेच आहे. म्हणून दगडाने दगडाचीच पूजा करावी, असं त्याचं कर्म सुरू आहे. शरीर अचेतन, जड, दगडासारखं बनलंय. त्याची कर्मं शरीराकडून केली जात आहेत, मन भलतीकडेच आहे, त्यातली भावना नष्ट झाली आहे.

अशा पूजेसाठी कबीर म्हणतात, 'पाहन पूजे प्रभु मिले तो मैं पूजूं पहाड' म्हणजेच दगड बनून जर दगडाची पूजा केल्याने ईश्वर प्राप्त होत असेल तर छोट्या दगडांची पूजा का करावी? त्याऐवजी मोठ्या पहाडाचीच पूजा करणं श्रेयस्कर नव्हे का?

जगासाठी हा विषय अतिशय क्लिष्ट बनला असून, तो समजून घेताना ज्ञानी लोकांमध्येदेखील संभ्रम निर्माण होतो. त्यामुळे श्रीकृष्ण सांगतात- 'कर्माची गती अतिशय गहन असून कर्मसिद्धान्त समजणं अतिशय कठीण आहे. त्याचबरोबर कर्मसिद्धान्त समजून घेणं हे ही अत्यावश्यक आहे. कारण ते जाणल्यानंतरच मनुष्य कर्मबंधनातून मुक्त होऊ शकतो.'

१८

श्लोक अनुवाद : जो मनुष्य कर्मात अकर्म बघतो आणि अकर्मात कर्म बघतो, तो बुद्धिमान आहे आणि तो योगीच सगळी कर्मं करणारा आहे।।१८।।

गीतार्थ : या श्लोकातली पहिली ओळ आहे, कर्माला अकर्म म्हणून बघणे, म्हणजे कर्ता भाव त्यागून केवळ उपस्थित राहून कर्म करणे आणि त्या कर्माला साक्षी भावनेने बघणे. हेच आहे कर्मात अकर्माला बघणे.

दुसरी गोष्ट- अकर्मात कर्माला बघणे. मनुष्य जेव्हा ईश्वराशी एकरूप होतो, तेव्हा त्याच्या शरीराद्वारे सेल्फच कर्म करत असतं म्हणजे तो अकर्तारूपात कर्ता बनतो. कारण ईश्वरच प्रत्येक कर्माचं कारण आहे. जसं, सूर्य उगवताच जगातली सर्व कार्य सुरू होतात. इथे सूर्य कर्ता नसला, तरी तो सारी कामे करवून घेतो. त्याचप्रमाणे कर्मबंधनातून मुक्त झालेली व्यक्ती सेल्फमध्ये स्थापित होऊन आपल्या उपस्थितीने आणि अभिव्यक्तीने कार्य करतानाही अकर्ता बनते आणि अकर्ता असतानाही कर्ता असते.

ही कठीण गोष्ट सोप्या शब्दात सांगायची झाली तर असे म्हणता येईल, की आत्मानुभवात स्थापित असलेलं शरीर म्हणजेच सेल्फ आहे. तेच प्रत्येक क्रियेमागचा कर्ता असून त्याच्याद्वारे केल्या जाणाऱ्या मानसिक, भावनिक वा शारीरिक क्रिया अकर्म असोत वा कर्म, एकच आहेत. तो कर्म करतोय म्हणून तो कर्ता आहे मात्र तो कर्म करताना त्याच्याशी आसक्त नाही, म्हणून तो अकर्ताही आहे.

जो मनुष्य अनुभवातून हे सत्य जाणतो, तो तर सेल्फ (ईश्वर) बनतो. जशी नदी समुद्राला मिळाली तर समुद्रच बनते. मग नदी म्हणून तिचं वेगळं अस्तित्व राहत नाही, तसंच आत्मानुभव प्राप्त झालेली व्यक्ती सेल्फच बनून जाते, वेगळी कोणी उरतच नाही. या श्लोकात श्रीकृष्णाने अशा माणसाला सगळी कर्मं करणारा म्हणजेच 'सेल्फ' असं संबोधलं आहे.

१९-२०

श्लोक अनुवाद : ज्या मनुष्याची संपूर्ण शास्त्रसंमत कर्मं कामनासंकल्परहित असतात, ज्ञानाग्नीने ज्याची संपूर्ण कर्मं भस्म होतात, त्या महापुरुषाला ज्ञानीजनही पंडित म्हणतात।।१९।।

सर्व कर्म आणि त्यांच्या फळांच्या आसक्तीचा सर्वथा त्याग करून जो संसाराच्या आश्रयापासून दूर गेला, जो परमात्म्यात नित्य तृप्त आहे, तो नित्य कर्म करत असतानाही प्रत्यक्षात काहीच करत नसतो, अर्थात तो कशातच गुंतून पडत नाही।।२०।।

गीतार्थ : काही लोक आपला परिवार, गोत्र यामुळे स्वतःला ब्राह्मण अर्थातच ज्ञानी मानू लागतात. मात्र खरोखर पंडित म्हणजे कोण, हे श्रीकृष्ण या श्लोकातून आपल्याला सांगत आहेत. या जगात ईश्वराद्वारे सुरू असलेल्या लीलेत, जो मनुष्य आपली भूमिका यथायोग्य जाणतो, कुठल्याही महत्त्वाकांक्षा, कामना, आसक्ती शिवाय उत्तमतऱ्हेने ती पार पाडतो, तोच पंडित म्हटला जाण्यास योग्य ठरतो.

आपल्या भूमिकेनुसार केली जाणारी उचित कर्मंच शास्त्रसंमत कर्मं म्हटली जातात. कर्मं करताना मनुष्याला जर याचे भान असेल, की वास्तवात कुठल्याच गोष्टींचा कर्ता तो नाही, त्याच्याद्वारे होत असलेली सर्व कर्मं सेल्फकडूनच केली जात आहेत, तर तो पंडित म्हणवून घेण्यास योग्य आहे. स्वतःला कर्ता न समजता 'सेल्फ'ला कर्ता मानणे, याच समजेनुसार कर्मं केल्याने मनुष्य सर्व कर्मबंधनांतून मुक्त होतो म्हणजेच त्याची कर्मं आणि बंधनं भस्म होतात. यालाच श्रीकृष्ण ज्ञानरूपी अग्नीत कर्म भस्म करणे असे म्हणतात.

दुसऱ्या श्लोकात श्रीकृष्ण सांगतात, जो कोणी कर्मं आणि त्याच्या फळाच्या आसक्तीचा पूर्णतः त्याग करून सेल्फमध्ये स्थापित होतो,

त्याच्याद्वारे होणारी सगळी कर्मं अकर्मं ठरतात.

एका उदाहरणाने हे समजून घेऊ या. एक साडीचं दुकान आहे. सुरुवातीला दुकानाचा मालक अगदी आनंदाने विविध प्रकारच्या साड्या ग्राहकाला दाखवतो. कारण त्याला आशा असते, की त्याचा माल विकला जाणार आहे, त्याची कमाई होणार आहे. ग्राहक काही साड्या निवडून त्या खरेदी करतो, तेव्हा तो खुश होतो. मात्र जेव्हा ग्राहक एकही साडी खरेदी करत नाही, तेव्हा तो उदास होतो आणि त्याची चिडचिड होते, की याने माझा वेळ उगाचच वाया घालवला. पण दिवसाच्या शेवटी जर विक्री चांगली झाली तर दिवस चांगला गेल्याचे समाधान त्याला मिळते. मात्र फारशी विक्री झाली नाही, तर तो दुःखी होतो. त्याचा सारा दिवस तणावात जातो आणि तो आशा-निराशेच्या, सुख-दुःखाच्या झुल्यावर झुलत राहतो.

आता सुट्टीत त्याची मदत करायला त्याचा मुलगाही दुकानात येतो. मुलगा त्याच्या वडिलांसारखाच ग्राहकांना साड्या दाखवत असतो. शिवाय विक्री न झाल्यास घड्या घालून पुन्हा उचलून ठेवतो. मग नवीन ग्राहक आल्यावर पुन्हा उघडून त्यांना दाखवतो. मात्र तो हे अगदी सहजतेने करत असतो. साडी विकली गेली तरी त्याला आनंद होत नाही आणि विकली नाही गेली तरी दुःखही होत नाही. कारण हे काम तो त्याच्या वडिलांसाठी करत असतो. साडी विकली जावो वा न जावो, त्याला तर पॉकेटमनी मिळणारच आहे. हे त्याला ठाऊक असतं.

वडील आणि मुलगा या दोघांची स्थिती बघितल्यास लक्षात येते, की दोघांनीही दिवसभर एकच काम केलं आहे. मात्र वडिलांच्या कर्मामागे चांगली विक्री होण्याची भावना होती. त्याचे संकल्प, विचार आणि परिणामांशी जोडलेले होते. मनासारखे फळ मिळण्याशी तो आसक्त होता. म्हणून तसे फळ न मिळाल्यास तो दुःखी आणि निराश होत असे. त्याला ग्राहकांचा राग यायचा, तो मनातल्या मनात बडबड करायचा, चडफडायचा. फळाच्या

आसक्तीमुळेच त्याच्याकडून अशी अयोग्य मानसिक कर्मं होत होती.

तेच दुसरीकडे त्याचा मुलगा कर्मं तर करत होता, पण त्या कर्मामागे कुठलीही कामना, आसक्ती नव्हती. त्याला ग्राहक कसे आहेत, याच्याशी काही घेणं-देणं नव्हतं. तो फक्त त्याच्या वडिलांसाठी कर्मं करत होता. जे काही मिळायचं असेल ते वडिलांना मिळेल आणि ते त्याला अवश्य देतीलच, हे त्याला माहीत होतं.

अगदी अशा प्रकारेच या जगातही अज्ञानी माणसाची स्थिती त्या दुकानदारासारखीच आहे. प्रत्येक कर्म कुठलीतरी इच्छा, महत्त्वाकांक्षा यांच्याशी संलग्न आहे. त्यामुळे तो नेहमीच सुख-दुःखाच्या चक्रात अडकत असतो. जेणेकरून या पलीकडे असलेल्या आनंदाच्या अवस्थेची तो कल्पनाही करू शकत नाही. ज्ञानी आत्मयोग्याची स्थिती त्या मुलासारखीच आहे. जो कर्म, त्याचे फळ यांच्याशी आसक्त नसतो. त्याची या जगाकडून कुठलीही अपेक्षा नाही. तो फक्त ईश्वरासाठी निमित्त बनून कार्य करतो. जर तो कुठल्या गोष्टीची अपेक्षा करत असेल तर ती फक्त परमपित्याकडूनच. त्याच्याच मार्गदर्शनाने कार्य करतो आणि अकर्म अवस्थेत जीवन जगतो. अशा मनुष्याला कर्मबंधने बांधून ठेवत नाहीत.

२१

श्लोक अनुवाद : ज्याने अंतःकरण आणि इंद्रियासहित शरीरावर विजय मिळवला आहे, तसेच सर्व भोगसामग्रीचा त्याग केला आहे, असा आशारहित पुरुष केवळ शरीरासंबंधी कर्मं करतानाही पापाने लिप्त होत नाही॥२१॥

गीतार्थ : सामान्यतः मनुष्याची बाह्यकर्म बघूनच त्याच्याविषयी अंदाज लावला जातो. तो पुण्य कर्म करतोय, की पाप कर्मं? मात्र बाहेरून बघून याचा अंदाज लावणे कठीण आहे. कारण ही बाब कर्मामागची भावना आणि समजेवर अवलंबून आहे.

कर्तव्य म्हणून हत्या करणारा जल्लाद वा कसाईसुद्धा कर्मयोगी बनून आत्मसाक्षात्कार प्राप्त करू शकतो. जल्लादाच्या मनात गुन्हेगाराप्रति कुठलीही व्यक्तिगत द्वेषाची भावना नसेल, तो केवळ त्याचे कर्तव्य म्हणून जर फाशी देण्याचे काम करत असेल, तर त्याच्याद्वारे होणाऱ्या हत्येत कुठलंही पाप नाही.

एक स्त्री सकाळ-संध्याकाळ मंदिरात जप-ध्यान करत असते. बाहेरून बघणाऱ्याला ती खूप श्रद्धावान आणि सात्त्विक वाटते. मात्र खरी गोष्ट वेगळीच असते. घरातील कामांपासून वाचण्यासाठी ती रोज मंदिरात जाऊन पूजा-पाठ करत असते. जेणेकरून घरातले लोक तिला दोष देऊ शकणार नाहीत. मग त्या महिलेचे पूजा-पाठ हे पुण्यकर्म ठरते का? नाही. ती तर जबाबदाऱ्यांपासून पलायन करण्याचे पाप कर्मं करत आहे. ईश्वराचं नाव तर तुमच्या जबाबदाऱ्या पार पाडत असतानाही घेता येतं. आपल्या जबाबदाऱ्या आसक्तिरहित अकर्ता भावानं करणं हीच खरी पूजा आहे.

याचाच अर्थ, संसार सोडून संन्यास घेतलेला मनुष्य पापी ठरत नाही आणि संसारी मनुष्य पुण्यवान होत नाही, असं नाही. तर संसारी मनुष्याची स्थितीही एखाद्या संन्यासापेक्षा चांगली असू शकते. संसारी असो वा संन्यासी, ज्याने मन, इच्छा यांच्यावर मात केली, जो शरीरविषयात गुंतून राहत नाही, जो शरीर जिवंत ठेवण्यासाठी आवश्यक ती कर्मं करतो, ती त्याच्यासाठी पाप ठरत नाहीत.

ज्या मनुष्याकडून अहंकाररहित कर्मं केली जातात, जो आपल्या उपजीविकेसाठी आवश्यक ते करतो, आपलं शरीर जगवण्यासाठी करतो, ज्यात कर्ता भाव नसतो, त्याची कर्मं पापांपासून मुक्त असतात. मग संसारात राहूनही तो कुठल्याच कर्मबंधनात अडकत नाही. त्याची कर्मं विकाररहित असतात- घृणा, द्वेष, क्रोध, लोभ, ईर्ष्या यांपासून मुक्त असतात. त्याच्याद्वारे केली जाणारी कर्मं ईश्वराला समर्पित केलेली असतात. ती ईश्वराच्या

भक्ति-प्रेमात रममाण होऊन केलेली असतात. त्यामुळे कर्मामागच्या भावनेवरूनच हे ठरतं, की कर्म बंधन बनतं आहे, की ते बंधनापासून मुक्त आहे. मीरेचे गुरू संत रविदास चांभार होते, कबीर विणकर होते, तरीही त्यांना आत्मसाक्षात्कार प्राप्त झाला होता. जीवन जगण्यासाठी त्यांनी जी कर्मं केली, ती भोगांपासून आसक्तिरहित होऊन केली. म्हणून त्यांची कर्मं बंधनं नव्हे, तर मुक्तीचं कारण बनली.

पुढे श्लोकात म्हटलं आहे की ज्याने भोगसामग्रीचा त्याग केला आहे, तो पापी ठरत नाही. हे वाचून जर एखाद्या भक्ताने अन्न-पाण्याचा त्याग केला, तर त्याला या श्लोकाचा अर्थ समजलाच नाही, असा होता. इथे भोगसामग्रीचा त्याग करण्याचा अर्थ असा नव्हे, की मनुष्याने खाणे-पिणे, निद्रा, सुख-सामग्री यांचा पूर्ण त्याग करावा तर त्याने त्या भोगाशी आसक्त होऊ नये, असा आहे. कारण शरीर जिवंत ठेवण्यासाठी जितकं काही करण्याची आवश्यकता असते, ते अनासक्त भावनेनं केल्यास पाप कर्म होत नाही. जितकी भूक असते, जितकी गरज आहे, तितकंच अन्न सेवन करणं हे त्यागासमानच आहे. मात्र आवडले म्हणून जास्त खाल्लं तर ते पाप आहे. गरजेइतकी झोप झाल्यानंतर लगेच अंथरूण सोडलं तर ते योग्य ठरतं. मात्र जर आळसातच लोळत पडलात तर भोगांशी आसक्ती ही होणारच.

● मनन प्रश्न :

१. आजपर्यंत तुम्ही तुमची कर्मं कुठल्या भावनेनं करत होता? आणि आता कर्मयोगाची समज मिळाल्यानंतर त्यात काय बदल झाला?

२. फळाबाबत उदासीनता आणि कर्माबाबत उत्साह, या कर्मयोगाच्या समजेवर कसं आचरण कराल?

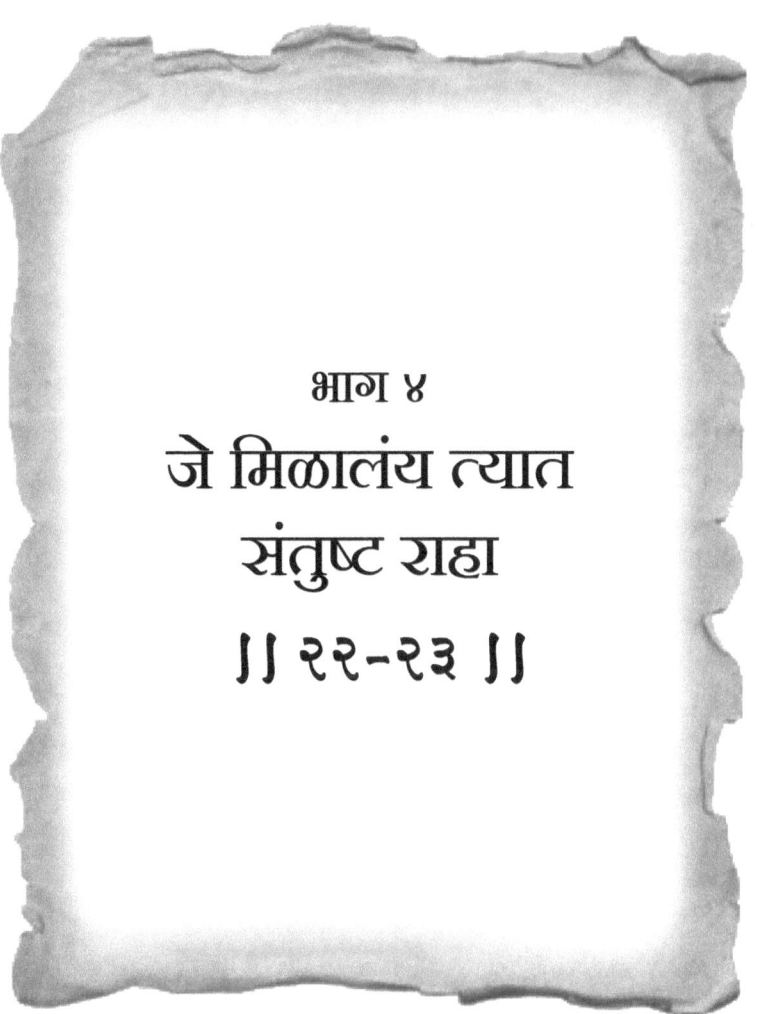

भाग ४

जे मिळालंय त्यात
संतुष्ट राहा

॥ २२-२३ ॥

अध्याय २

यद्दृच्छालाभसंतुष्टो द्वंद्वातीतो विमत्सर। समः सिद्धावसिद्धौ च कृत्वापि न निबध्यते।।२२।।

गतसङ्गस्य मुक्तस्य ज्ञानावस्थितचेतसः। यज्ञायाचरतः कर्म समग्रं प्रविलीयते।।२३ ।।

२२

श्लोक अनुवाद : कुठल्याही इच्छेविना प्राप्त झालेल्या गोष्टीत जो संतोष मानतो, ज्याच्यात कुठलीच ईर्ष्या नसते, जो आनंद–दुःख या द्वंद्वांपासून अलग असतो असा सिद्धी–असिद्धीतही समतोल राहणारा कर्मयोगी कर्म करताना त्या बंधनात अडकत नाही॥२२॥

गीतार्थ : ज्या श्लोकात श्रीकृष्ण अशा कर्मयोग्याची लक्षणे सांगत आहेत, ज्याची कर्मं बंधनं बनत नाहीत. यातले पहिले लक्षण म्हणजे, कुठलीही इच्छा न ठेवता, प्राप्त झालेल्यात समाधान मानणे.

जे मिळालंय त्यावर समाधान माननं म्हणजेच सोप्या भाषेत सांगायचं झालं तर **ईश्वरावर भरवसा ठेवणं होय**. खरंतर हा मंत्र जप करण्यासाठी नव्हे तर प्रत्यक्षात आचरणात आणण्यासाठी आहे. एखादी गोष्ट तुमच्या मनासारखी होण्यासाठी तुम्ही खूप प्रयत्न करता. जसं हा माझ्याकडे लक्ष देवो, मला हे मिळो. माझे हे काम व्हावे, मात्र काही बाबतीत तुम्हाला यश मिळतं, तर कधी नाही... यासाठी सदैव हे लक्षात ठेवा, की आपल्याला जे काही मिळतंय ते निसर्गचं देतोय. मात्र जे मिळत नाही, ते न मिळणं सुद्धा निसर्गाचीच कृपा आहे. म्हणून ईश्वरावर पूर्ण विश्वास ठेवून, जे मिळालंय त्याचा स्वीकार करा.

निसर्गाशी ताळमेळ साधण्याचं हे रहस्य समजून घेणं अत्यंत गरजेचं आहे. नाहीतर एखादी अज्ञानी व्यक्ती असा अर्थ घेईल, की कुठल्याही वस्तूची इच्छा करणं नको आणि त्यासाठी कष्टही करणं नको. मात्र बसल्याबसल्या जे काही मिळेल, त्याच्यावरच गुजराण करायची आहे. असा अर्थ लावून काही लोक कष्ट करणे सोडून देतात आणि संन्याशी बनून भिक्षा मागत आपले जीवन कंठतात. मात्र भिक्षा मागतानाही त्यांच्या मनात जास्तीत जास्त चांगली भिक्षा मिळावी, ही अभिलाषा असतेच.

एका उदाहरणाद्वारे हे समजून घेऊ. एक फूलविक्रेता आहे. रोज देवाचे नाव घेऊन तो आपले दुकान उघडतो. फुलांच्या सुंदर माळा, पुष्पगुच्छ बनवतो. ते बनवताना वा विकताना तो असा विचार करत नाही, की त्याला याचे जास्तीत

जास्त पैस मिळावेत किंवा लवकरात लवकर तो विकले जावेत. मात्र तो इतकाच विचार करतो, की या फुलांच्या सुगंधाने ते घेणाऱ्याचे मन प्रसन्न व्हावे, त्याचे घर आणि मंदिर या सुवासाने भरून जावे.

दिवसभरात त्याची जी काही विक्री होईल, त्यावर तो संतुष्ट असतो. आज विक्री जास्त झाली की कमी, याचा तो कधीच विचार करत नाही. तो आपले काम पूर्ण मेहनत आणि इमानदारीने करतो, जे काही मिळते त्याबद्दल ईश्वराला धन्यवाद देतो. कुठल्याही इच्छेविना जे काही मिळालंय, त्यात तो संतुष्ट राहतो. यालाच म्हणतात, **जे मिळालंय त्यावर संतुष्ट राहणं**. तो फूलवाला अशा प्रकारे कर्मयोग्याचे जीवन जगत असतो.

श्रीकृष्ण पुढे म्हणतात, कर्मयोगी आनंद, दुःख, ईर्ष्या अशा कुठल्याही विकारांच्यात अडकून पडत नाही. तो सर्व परिस्थितीत समतोल असतो. गृहीत धरा, की त्या फूलवाल्याच्या दुकानासमोर दुसऱ्या फूलवाल्याने दुकान काढले. अशावेळी पहिला फूलवाला खरा कर्मयोगी नसेल तर त्याच्या मनात ईर्ष्या, द्वेष, तुलना भीती, दुःख असे विचार येणे स्वाभाविक आहे. मात्र तो जर खरा कर्मयोगी असेल तर तो या स्पर्धेच्या जगातही पूर्णतः संतुष्ट राहील. स्वतःच्या वा दुसऱ्याच्या कमी-अधिक कमाईने त्याचे चित्त विचलित होणार नाही. आधीसारख्या समभावातच तो आपले कर्म करेल. जो माणूस कर्मयोगी बनून असे जीवन जगेल तो प्रत्येक स्थितीत संतुष्ट, प्रसन्न आणि मुक्त राहील.

२३

श्लोक अनुवाद : ज्याची आसक्ती पूर्णतः नष्ट झालीय, जो देहाभिमान आणि ममतेपासून वेगळा झाला, ज्याचे चित्त कायम परमात्म्याच्या ज्ञानात स्थिर राहतं, अशा फक्त यज्ञ संपादनासाठीच कर्म करणाऱ्या मनुष्याची संपूर्ण कर्मं विलीन होऊन जातात।।२३।।

गीतार्थ : तिसऱ्या अध्यायात आपण हे जाणलं, की ही सृष्टी हा ईश्वराने रचलेला यज्ञ आहे. कुठल्याही व्यक्तिगत स्वार्थाशिवाय हा यज्ञ चालण्यासाठी जी योग्य कर्तव्यकर्मं केली जातात, त्यांनाच यज्ञ कर्म म्हटलं जातं. जी कर्मं ईश्वराला समर्पित केली गेली आहेत, ज्याच्या परिणामाच्या आसक्तीचा त्याग झालाय, ज्याच्याशी कुठलीही व्यक्तिगत कामना जोडली गेलेली नाही, जे करताना माझे-माझे असा अहंकाराचा विचार येत नाही, त्यालाच यज्ञ कर्म म्हटलं जातं.

'स्व'वर स्थापित झालं की होणारं प्रत्येक कर्म यज्ञ कर्म बनतं. जेव्हा माणसाला सत्य समजेचं ज्ञान होतं, तेव्हा त्याची बुद्धी मायेला सोडून 'स्व'मध्ये म्हणजे आपल्यातच स्थापित होते. मग त्याच्याकडून होणारी कर्मं आसक्तिरहित होतात. कर्म करताना जर ज्ञान, होश आणि समज असेल, तर अशी कर्मं बंधनांचे कारण बनत नाहीत.

कर्मबंधनातून मुक्त होण्याचा एक उपाय आहे, की कुठल्याही फळाच्या आसक्तीशिवाय माणसाचे मन कायम परमात्म्याच्या ज्ञानात स्थित राहणं. माणसानं कर्मं करणं बंद करावं म्हणजे त्यात गुंतणं बंद करावं आणि ईश्वराला त्याचं काम करू द्यावं. ईश्वराला कधी कार्य करायचं आहे, ते समजून घ्यावं. जर तुम्ही तुमच्या घरात जगभराचा कचरा गोळा केलात, तर तुमच्या घरी यायची कोणाचीही इच्छा होणार नाही. ईश्वराने आपल्या घराचा वापर करायला हवा असेल, तर तुम्हाला तुमचे घर स्वच्छ करावं लागेल म्हणजेच शरीर अहंकाररहित करावं लागेल. अहंकार हाच सर्वांत मोठा कचरा आहे, जो आधी काढावा लागेल.

जेव्हा कर्म 'मी, माझे' याच्याशी आसक्त असते, तेव्हाच कर्मबंधन बनते. जीवन जेव्हा सीमित असते, अहंकारी असते, 'मी शरीर आहे' या अज्ञानातून चालवले जाते, तेव्हा त्या माणसाकडून ज्या क्रिया होतात, त्याचेच बंधन बनते. निःस्वार्थ जीवनातून होणाऱ्या क्रियांद्वारा बंधन बनत

अध्याय ४ : २३

नाही. कर्म जेव्हा स्वार्थातून बाहेर पडत लोककल्याणाचा दागिना घालते, तेव्हा ते कर्म सेवेचे रूप धारण करते आणि त्या कर्मबंधनातून मानवाचे रक्षण होते.

● **मनन प्रश्न :**

१. आपल्या भूतकाळात केले गेलेले असे एखादे कर्म आठवा की ज्याचा तुम्हाला मनासारखा परिणाम मिळाला नव्हता आणि हे झाल्यावर तुमच्यात कोणकोणते नकारात्मक भाव तयार झाले होते, हेही आठवून बघा.

२. आज जर पुन्हा असेच घडले, तर तुमच्या विचारात आणि प्रतिसादात कुठले अंतर असेल?

भाग ५
योगी आणि इतर योग्यांचे प्रकार
|| २४-३० ||

अध्याय ४

ब्रह्मार्पणं ब्रह्म हविर्ब्रह्माग्नौ ब्रह्मणा हुतम्। ब्रह्मैव तेन गन्तव्यं ब्रह्मकर्मसमाधिना ॥२४॥
दैवमेवापरे यज्ञं योगिन: पर्युपासते। ब्रह्माग्नावपरे यज्ञं यज्ञेनैवोपजुह्वति ॥२५॥
श्रोत्रादीनीन्द्रियाण्यन्ये संयमाग्निषु जुह्वति। शब्दादीन्विषयानन्य इन्द्रियाग्निषु जुह्वति ॥२६॥
सर्वाणीन्द्रियकर्माणि प्राणकर्माणि चापरे। आत्मसंयमयोगाग्नौ जुह्वति ज्ञानदीपिते ॥२७॥
द्रव्ययज्ञास्तपोयज्ञा योगयज्ञास्तथापरे। स्वाध्यायज्ञानयज्ञाश्च यतय: संशितव्रता: ॥२८॥
अपाने जुह्वति प्राणं प्राणेऽपानं तथापरे। प्राणापानगती रुद्ध्वा प्राणायामपरायणा: ॥२९॥
अपरे नियताहारा: प्राणान्प्राणेषु जुह्वति। सर्वेऽप्येते यज्ञविदो यज्ञक्षपितकल्मषा: ॥३०॥

२४-२५

श्लोक अनुवाद : यज्ञात अर्पण केलं जाणारं स्रुवा (द्रव्य) हे ब्रह्म आहेत तसंच हवन करण्यास योग्य असलेलं द्रव्य पण ब्रह्मच आहे. ब्रह्मरूप कर्त्याद्वारे ब्रह्मरूप अग्नीत आहुती देण्याची क्रियाही ब्रह्मच आहे. त्या ब्रह्मकर्मात स्थित राहून योग्याद्वारे प्राप्त केलं जाणारं फळही ब्रह्मच आहे।।२४।।

इतर योगीजन देवतेच्या यज्ञाचं अनुष्ठान करतात आणि अन्य योगीजन परब्रह्म परमात्मारूप अग्नीत अभेद दर्शनरूपाद्वारेच आत्मरूपी यज्ञाचं हवन करतात*।।२५।।

गीतार्थ : इथे श्रीकृष्ण ज्या यज्ञाबाबत सांगत आहेत, तो यज्ञ म्हणजे हवन सामग्री, तूप इत्यादी आहुती देऊन केली जाणारी धार्मिक क्रिया नव्हे. इथे यज्ञाचा अर्थ, ईश्वराने निर्माण केलेल्या सृष्टीरूपी यज्ञाशी आहे. या यज्ञाला ईश्वराची लीला, प्रकृती अशी नावं देता येतील.

निराकार ईश्वराच्या प्रकटीकरणालाच यज्ञ म्हटलं आहे. यज्ञच ईश्वर आहे, यज्ञातली सर्व तत्त्वंही ईश्वरच आहेत. सर्व स्थूल, सूक्ष्म जीव-जंतू, वनस्पती, नैसर्गिक स्रोत, हवा, पाणी, अग्नी, अवकाश हे सारं त्या यज्ञाचाच एक भाग आहेत. ही नियमांनी बांधली गेलेली पृथ्वी स्वचलित, स्वघटित रूपात सुरू आहे. ते सारे नियमही याच यज्ञाचा भाग आहेत. या जगात ज्या कला, विद्या, विज्ञान जे काही आहे, ते सारं या यज्ञातच समाविष्ट आहे.

म्हणजेच यज्ञच ईश्वर आहे, सृष्टिकर्ताही ईश्वरच आहे, त्याची तत्त्वंही ईश्वरच आहेत. त्याच्या सर्व हालचाली, कर्म, त्याचे फळ सारं काही जर ईश्वरच असेल तर मग ईश्वर नाही असं काही उरेल का? काहीच नाही. 'ईश्वरच आहे, तुम्हीच आहात, की नाही याचा शोध घ्या, खात्री करा.' वास्तवात याच शोधाचं नाव अध्यात्म आहे.

हेच परमसत्य स्पष्ट करताना श्रीकृष्ण सांगतात, 'खरा योगी सृष्टीरूपी यज्ञात ब्रह्म (सेल्फ, ईश्वर) बघतो, त्या यज्ञाच्या अग्नीत (सृष्टी चालवणारी प्रकृती) ब्रह्म बघतो. अर्पण केल्या जाणाऱ्या द्रव्यात (जगाचे व्यवहार) आणि अर्पण होणाऱ्या

**परब्रह्म परमात्म्यात ज्ञानाने एकत्वभावात स्थित होणं म्हणजेच ब्रह्मरूप अग्नीच्या यज्ञातून यज्ञात हवन करण्यासारखं आहे.*

क्रियांमध्ये (कर्मांमध्ये) सुद्धा ब्रह्मच बघतो. ज्या वस्तूंच्या साहाय्याने यज्ञ केला जात आहे (भौतिक आणि नैसर्गिक साधने) त्यांच्यातही ब्रह्म बघतो. यज्ञाच्या फळातही ब्रह्मच बघतो. अशा तऱ्हेने तो योगी ब्रह्मातच रममाण झाला आहे. याचाच अर्थ तो स्वतःच ब्रह्म बनलाय. जे योगी हे सत्य तत्त्व समजून घेत नाहीत, ते देवतांना प्रसन्न करण्यासाठी या यज्ञाला धार्मिक अनुष्ठान समजून संपन्न करतात, त्यापासून फळाची अपेक्षा करतात. परंतु आत्मयोगी आत्मरूप यज्ञ संपन्न करतो. अर्थात तो आपल्या अंतर्बाह्य सर्वत्र तेच ब्रह्म बघतो आणि तेच बनून कर्म करतो.

२६-२८

श्लोक अनुवाद : काही योगी सर्व इंद्रियांचं संयमरूप अग्नीत हवन करतात तर इतर शब्दादीरूप इंद्रियांचं अग्नीत हवन करतात. अर्थात सर्व विकार इंद्रियांद्वारे ग्रहण करून भस्म करतात।।२६।।

अन्य योगी इंद्रिय आणि प्राणांच्या सगळ्या क्रियांचं ज्ञान मिळवून आत्मसंयमाच्या अग्नीत त्याचं हवन करतात।।२७।।

काही पुरुष द्रव्यासंबंधी, काही तपस्यारूपी तर काही योगरूपी यज्ञ करतात, काही अहिंसारूपी व्रतांनी युक्त वेदाध्ययनरूपी ज्ञानयज्ञ करतात।।२८।।

गीतार्थ : प्रस्तुत आणि पुढच्या काही श्लोकांत यज्ञ करण्याच्या वेगवेगळ्या पद्धतींबद्दल सांगितलं गेलंय. मात्र श्लोक समजून घेताना हे कायम लक्षात ठेवणं गरजेचं आहे, की इथे यज्ञ हा शब्द कुठल्याही धार्मिक विधी किंवा कर्मकांडाशी निगडित नाही. यज्ञाचा अर्थ आहे- ईश्वराशी योग.

श्रीकृष्ण अर्जुनाला सांगतात, 'या संसाररूपी यज्ञात विविध योगी भिन्न-भिन्न पद्धतिने यज्ञ करतात. इथे योगी म्हणजे साधक असंही म्हटलं जाऊ शकतं. जे विविध मार्गांनी ईश्वराला प्राप्त करण्यासाठी प्रयत्नरत असतात.'

त्याबाबत सांगताना श्रीकृष्ण म्हणतात, 'काही योगी इंद्रियांवर

संयम ठेवण्याची साधना करतात. इंद्रियांवर संयम ठेवण्याचा अर्थ आहे, इंद्रियसुखांबाबत आसक्ती न ठेवणं. जितकी गरज आहे, तितकाच इंद्रियभोग घेणं. कुठल्याही गोष्टीची अती न करणं, आवश्यकतेपेक्षा जास्त अन्न सेवन न करणं, गरजेपुरतंच बोलणं इत्यादी. काही योगी इंद्रियांवर ताबा मिळवतात. काही योगी तोंडावर पट्टी लावतात, ते मौन धारण करतात, काही कठीण व्रतांचा उपवास करतात. काही योगी संन्यास घेऊन एकांतवासात जातात, तर काही ब्रह्मचारी बनतात.'

काही योगी आत्मयोग प्रत्यक्षात उतरवतात म्हणजेच कर्म करत असताना कर्ताभावाचा त्याग करतात. काही निष्काम कर्मयोगाचे आचरण करतात म्हणजेच कर्मफळाची आसक्ती न बाळगता कर्मफळ ईश्वराला समर्पित करतात. काही योगी तपस्या करतात, काही हवन करतात, काही ध्यान करतात, काही अहिंसा धर्माचे पालन करतात. अर्थात या सर्व क्रियांद्वारे कुठल्याही जिवाची हानी न होण्याची ते काळजी घेतात.

काही साधक वेद-उपनिषदं, धार्मिक ग्रंथांचं सतत वाचन करतात आणि त्यातले सार आपल्या जीवनात उतरवण्याचा प्रयत्न करतात. यापेक्षा काही वेगळे मार्गही योगी अवलंबतात. उदाहरणार्थ, दान-दक्षिणा, मंत्रसाधना, नामस्मरण, तीर्थयात्रा इत्यादी. हे सगळेही यज्ञच आहेत, जे ईश्वरासाठी केले जातात.

२९-३०

श्लोक अनुवाद : काही योगी अपान वायूत प्राणवायूचे हवन करतात तसेच इतर योगी प्राणवायूत अपानवायूचे हवन करतात॥२९॥

नियमित आहार* घेणारे प्राणायामपरायण पुरुष प्राण आणि अपानाची गती रोखून, प्राणाचे प्राणातच हवन करतात. हे सर्व साधक यज्ञांद्वारे पापांचा

**योग्य आहारविहार, योग्य कर्मप्रयास, योग्य निद्रा आणि योग्यवेळी उठणाऱ्याचाच सफल योग सिद्ध होतो.*

नाश करणारे आणि यज्ञाला जाणणारे आहेत।।३०।।

गीतार्थ : इथे श्रीकृष्ण अशा साधना किंवा विधींबाबत सांगत आहेत, जे श्वासांवर आधारित आहेत. अशा अनेक साधना किंवा विधीत श्वासाच्या गतीला वेगवेगळ्या प्रकारे नियंत्रित केलं जातं. आपल्या श्वासांचा आपल्या मन आणि शरीरावर खूप प्रभाव पडतो. कारण श्वास आणि मन यांचा आपापसात ताळमेळ असतो. श्वासावर काम करून मन आणि भावनांवर नियंत्रण मिळवता येऊ शकतं. त्यामुळे ध्यानाची क्रिया अधिक उत्तम होऊ शकते.

श्रीकृष्ण याच ज्ञानाचं वर्णन करताना सांगतात, की अनेक योगीजन आत जाणाऱ्या वायूतून प्राणवायू मिळवतात.

अन्य योगी बाहेर जाणाऱ्या वायूत, अपान वायू मिसळून तो सोडून देतात.

(हे प्राणायामाचे विभिन्न प्रकार आहेत, ज्यात हळूहळू श्वास सोडून अनेकदा श्वास सोडायचा आहे.)

संयमित आहार आणि प्राणायामाचा उपयोग करणारे पुरुष आत येणाऱ्या-जाणाऱ्या श्वासाला रोखून प्राणाची तिसरी अवस्था प्राप्त करतात. मात्र योगातले जाणकारच हे करू शकतात. हे सारे साधक आपल्या अभ्यासाच्या बळाने, सगळ्या पापांचा नाश कुठल्या यज्ञाने आणि कशा प्रकारे होतो, हे जाणू शकतात.

• मनन प्रश्न :

१. यज्ञ या शब्दाचा वास्तविक अर्थ तुम्ही कितपत समजून घेतला आहे? तुम्ही कुठल्या प्रकारचा यज्ञ आचरणात आणता?

भाग ६

यज्ञ आणि ज्ञान यज्ञ महिमा

|| ३१-३३ ||

अध्याय ४

(यज्ञशिष्टामृतभुजो यान्ति ब्रह्म सनातनम्। नायं लोकोऽस्त्ययज्ञस्य कुतोऽन्य: कुरुसत्तम ।।३१।।
एवं बहुविधा यज्ञा वितता ब्रह्मणो मुखे। कर्मजान्विद्धि तान्सर्वानेवं ज्ञात्वा विमोक्ष्यसे ।।३२।।
श्रेयान्द्रव्यमयाद्यज्ञाज्ज्ञानयज्ञ: परन्तप। सर्वं कर्माखिलं पार्थ ज्ञाने परिसमाप्यते ।।३३।।

३१-३२

श्लोक अनुवाद : हे कुरुश्रेष्ठ अर्जुना! यज्ञाच्या परिणामातून प्राप्त झालेल्या अमृताचा अनुभव करणारे योगीजन त्या सनातन परब्रह्म परमात्म्यालाच मिळतात. यज्ञ न करणाऱ्या पुरुषांसाठी जिथे हा मनुष्यलोकच सुखदायी नाही, तर मग परलोक कसा सुखदायक असेल?।।३१।।

अशा प्रकारच्या बऱ्याच यज्ञांबाबत वेदात विस्ताराने सांगितलं गेलं आहे. या सर्वांना तू मन, इंद्रिय आणि शरीराद्वारे संपन्न होणाऱ्या क्रिया असे जाण. एकदा हे तत्त्व तू जाणून घेतलेस, तर त्यांच्या अनुष्ठानाद्वारे तू कर्मबंधनातून कायमस्वरूपी मुक्त होशील।।३२।।

गीतार्थ : या जगात जो माणूस जन्माला आला आहे, त्या प्रत्येकाला काही ना काही भूमिका नेमून दिली आहे. अशी काही कर्तव्यं आहेत, ती त्याने केली पाहिजेत. प्राचीन काळापासूनच स्वबोध प्राप्त करण्याच्या उद्देशाने काही विधी विकसित झाले, ज्यामध्ये लोकांच्या वेगवेगळ्या स्वभावांचा विचार केला गेला. एखाद्यासाठी ध्यान करणं सोपं असतं तर दुसऱ्यासाठी सेवा करणं. एखाद्यासाठी एखाद्या ग्रंथाच्या पठन-मननातून स्वबोध प्राप्त करणं साहाय्यक असतं तर दुसऱ्याला तपस्येतून आत्मयोग प्राप्त होऊ शकतो. स्वबोधप्राप्ती किंवा ईश्वरप्राप्तीसाठी केल्या जाणाऱ्या वेगवेगळ्या प्रयत्नांची व्याख्या श्रीकृष्णांनी येथे सांगितली आहे.

श्रीकृष्ण सांगतात, 'साधक ईश्वरप्राप्तीच्या निमित्तासाठी ज्या-ज्या मार्गांचे अनुसरण करतो, परिणामी त्याला ज्ञानरूपी अमृतच मिळतं. अर्थात तो कुठल्याही मार्गाने वाटचाल करो, शेवटी तो आत्मसाक्षात्कारापर्यंतच पोहोचतो. मग तो प्राप्त केल्यानंतर स्थूल जगात राहिला वा सूक्ष्म जगात, कायमस्वरूपी मुक्त आणि आनंदीच राहील.'

दुसरीकडे जो माणूस ईश्वरप्राप्तीसाठी कुठलेच कर्म करत नाही, जो फक्त स्वतःच्या पोट भरण्याकडेच लक्ष देतो आणि अहंकाराच्या पुष्टीसाठीच कर्म करतो. तो या जगात दुःखी राहतो आणि शरीर सोडल्यानंतर सूक्ष्म जगतातही दुःखीच

राहतो. कारण त्याच्या वृत्ती आणि विचार त्याच्यासोबतच राहतात. शरीर असतानाही तो अज्ञानात असतो आणि नसतानाही तो अज्ञानातच जगतो.

श्रीकृष्ण अर्जुनाला सांगतात, 'आपल्या वेदात, ग्रंथात, ईश्वरप्राप्तीसाठी अनेक मार्ग आणि साधनं सांगितली आहेत. उदाहरणार्थ, जप, तप, सत्य-श्रवण, पठण, मनन, नामस्मरण, ध्यान, योग, भजन. या सगळ्यांमध्ये भाव, विचार, वाणी आणि शरीराद्वारे क्रिया होत असतात. योग्य समजेतून या क्रिया केल्याने मनुष्य शेवटी स्वबोध प्राप्त करतो आणि सर्व बंधनातून मुक्त होतो.'

काही लोक ईश्वरभक्तीत व ध्यानात पूर्ण भक्तिभावाने तल्लीन होतात आणि समर्पित भावात जगतात. मात्र ते जेव्हा त्यांच्या कार्यक्षेत्रात जातात, त्यांच्यावर 'मी' स्वार होतो. एखादा व्यापारी रोज सकाळी तासभर मनापासून पूजापाठ करतो. मात्र दुकानात गेल्याबरोबर 'मी-माझे' करू लागतो आणि स्वतःच्या फायद्यासाठी कपट करणे, खोटेपणाने वागणे सुरू करतो. अशा मनुष्याने कितीही पूजापाठ केले तरी त्याला ईश्वरप्राप्ती होऊ शकत नाही. आपल्या जीवनातली प्रत्येक क्रिया यज्ञासारख्या समर्पित भावनेने करणारा माणूसच शेवटी मुक्ती प्राप्त करतो.

३३

श्लोक अनुवाद : हे परंतप अर्जुना, द्रव्यमय यज्ञापेक्षा, ज्ञानमय यज्ञ श्रेष्ठ आहे. कारण सगळीच कर्मं ज्ञानातच समाप्त होतात॥३३॥

गीतार्थ : या श्लोकात, ज्या यज्ञात, दूध, तूप, हवन सामग्री यांची आहुती दिली जाते, त्याला द्रव्यमय यज्ञ असं म्हटलं गेलं आहे. हेही ईश्वरासाठीच केलं जातं. मात्र त्याचा कितपत लाभ होतो हे त्या यज्ञामागची समज आणि त्यामागचा उद्देश यावर अवलंबून असतं.

अध्याय ४ : ३३

यज्ञ-याग यांसारखी धार्मिक अनुष्ठानं केल्यामुळे वातावरण शुद्ध आणि सात्त्विक होतं, हे खरं आहे. मात्र यज्ञाचे सुयोग्य फळ यज्ञकर्त्याच्या भावनेवरच अवलंबून असतं. जर तो सांसारिक सुखांसाठी किंवा व्यक्तिगत इच्छांच्या पूर्तीसाठी यज्ञ करत असेल, तर या यज्ञामुळे त्याचा फायदा न होता नुकसानच होईल. कारण या यज्ञामुळे त्याच्या अज्ञान आणि अहंकारात वाढ होणार आहे. त्याला जरी मनासारखं फळ मिळालं तरी त्याची ही चुकीची धारणा आणखी दृढ होईल. किंबहुना आयुष्यभर हेच करत राहायला हवं, अशा यज्ञांमुळे या गोष्टींची प्राप्ती होते, अशी त्याची धारणा होईल.

एखादा माणूस याच भावनेने यज्ञात आहुती देत असेल, की यात माझं काहीही नाही, जे काही आहे ते सर्व या अग्नीरूपी ईश्वराचंच आहे, तर त्याचा यज्ञ सफल झालाय असं समजायला हरकत नही.. कारण या यज्ञात तो आपल्या अहंकाराची आहुती देत आहे.

श्रीकृष्ण म्हणतात, 'द्रव्यमय यज्ञापेक्षा ज्ञानयज्ञ श्रेष्ठ आहे. मग इथे ज्ञानयज्ञाचा अर्थ काय आहे? खरं ज्ञान तर ती समज आहे, जी आपल्याला सेल्फचं ज्ञान देते. 'मी शरीर नाही' या समजेत स्थापित करते. ही समज म्हणजे सर्वोच्च ज्ञान आहे. ही मूलभूत समज मिळाल्यानंतर मनुष्याला समजतं, की ज्या शरीराद्वारे कर्म केलं जातं, ते प्रत्यक्षात कोण आहे? बेहोशीत असलेला कोण आहे, ज्याला सजग करण्याचं कर्म करायचं आहे. भगवान श्रीकृष्ण याच ज्ञानाबाबत बोलत आहेत. ज्या यज्ञामागे ही मूळ समज कायम आहे, तो यज्ञ म्हणजे 'ज्ञान यज्ञ' आहे. द्रव्य यज्ञ करतानाही जर ही मूळ समज कायम असेल, तर तोदेखील ज्ञान यज्ञ बनू शकतो. मूळ समजेसह यज्ञ केल्याने मनुष्याचे संपूर्ण कर्म आणि कर्मबंधन ज्ञानरूपी यज्ञात भस्म होतात.'

अध्याय ४ : ३३

● मनन प्रश्न :

१. द्रव्यमय यज्ञापेक्षा ज्ञानमय यज्ञ श्रेष्ठ आहे, असं श्रीकृष्णाने का सांगितलं?

२. ज्ञान यज्ञ आपल्याला कुठल्या भावनेत स्थापित करतो?

भाग ७

गुरुपासून ज्ञान मिळवण्याचे मार्ग

।। ३४-३५ ।।

अध्याय २

तद्विद्धि प्रणिपातेन परिप्रश्नेन सेवया। उपदेक्ष्यन्ति ते ज्ञानं ज्ञानिनस्तत्वदर्शिनः ।।३४।।

यज्ज्ञात्वा न पुनर्मोहमेवं यास्यसि पाण्डव। येन भुतान्यशेषेण द्रक्ष्यस्यात्मन्यथो मयि।।३५।।

३४-३५

श्लोक अनुवाद : हे ज्ञान तू तत्त्वदर्शी ज्ञानी लोकांकडून समजून घे. त्यांना साष्टांग दंडवत घालून, त्यांची सेवा करून, त्यांना प्रांजळपणे प्रश्न विचारल्यास परमात्व तत्त्व उत्तमप्रकारे जाणणारे महात्मा तुला त्या तत्त्वज्ञानाचा उपदेश करतील।।३४।।

हे जाणून घेतल्यानंतर तू अशा मोहात अडकणार नाहीस. हे अर्जुना, या ज्ञानामुळे तू या भूतांना निःशेष भावने, आधी आपल्यात[१] आणि नंतर या परमात्म्यात[२] पाहशील।।३५।।

गीतार्थ : श्रीकृष्ण अर्जुनाला सांगतात, 'ही समज प्राप्त करण्यासाठी तत्त्वदर्शी ज्ञानी गुरूंकडे जाणं गरजेचं आहे. इथे तत्त्वदर्शी ज्ञानी गुरू म्हणजे ते, ज्यांनी संपूर्ण सृष्टीत त्या एका सेल्फचं दर्शन घेतलंय, स्वतः हा अनुभव घेऊन, तोच इतरांना मिळवण्यात मदत करू शकतात, अशा गुरूंना शरण गेले पाहिजे. सत्यसंघात सेवा केली पाहिजे, सत्याचे मनन, पठण, चिंतन केले पाहिजे. गुरूंपासून कपटमुक्तीचे ज्ञान घेऊन आपल्या जिज्ञासांचं निवारण केलं पाहिजे, जिज्ञासांचं उत्तर मिळवलं पाहिजे. एका तत्त्वदर्शी गुरूंच्या आज्ञेत राहून, त्यांच्या कृपेस पात्र बनून मनुष्य स्वतःही तत्त्वदर्शी बनू शकतो.'

इथे तर अर्जुनाला तत्त्वदर्शी महागुरू साक्षात श्रीकृष्णच स्वतः तत्त्वज्ञानाचा उपदेश देत होते. त्यामुळे अर्जुनाला इतर कुठे जाण्याची आवश्यकता नव्हती. हाच संदेश श्रीकृष्ण अर्जुनासारख्या इतर शोधकांनाही देत आहेत, जे आजही कुठल्या ना कुठल्या माध्यमातून गीता वाचून ती समजून घेण्याचा प्रयत्न करत आहेत.

अशा तऱ्हेने श्रीकृष्ण सत्यसाधकांना सदेह, योग्य गुरूंना शरण जाण्यासाठी

---

[१] *सर्वांनाच समान भावने बघणारा योगी, आत्म्याला संपूर्ण भूतांमध्ये स्थित असलेला आणि संपूर्ण भूतांच्या आत्म्यात बघतो.*

[२] *जो पुरुष संपूर्ण भूतांमध्ये माझे-वासुदेवाचे रूप बघतो, संपूर्ण भूतांना माझ्यात सामावलेले बघतो, त्याच्यासाठी मी अदृश्य नसतो आणि माझ्यासाठी तो ही अदृश्य असत नाही.*

सांगत आहेत. कारण तेच तुमच्या समजेनुसार ज्ञानप्राप्तीसाठी तुम्हाला तयार करतात. प्रत्येकाची गीता वेगवेगळी असल्याने गुरूच तुमची गीता तुम्हाला सांगू शकतात.

सत्याच्या मार्गावर मार्गक्रमण करत असताना वाटेत मायारूपी, अहंकाराच्या मोठ्या इमारती असतात. त्यांच्या जुन्या वृत्ती आणि धारणा वारंवार बाधा बनतात. गुरू आपल्या शिष्याच्या मार्गात असलेली प्रत्येक बाधा ज्ञानरूपी तलवारीच्या साहाय्याने दूर करतात. त्याला जागृत ठेवून सत्याच्या मार्गावर कायम पुढे घेऊन जातात. अशा प्रकारे गुरू नेहमी शिष्याची ढाल बनून त्याचे सदैव मायेपासून रक्षण करतात.

श्रीकृष्ण अर्जुनाला सांगतात, 'अशा गुरूंना शरण गेल्याने त्या परमज्ञानाची प्राप्ती होईल, जे मिळाल्यावर कुठलाही मोह किंवा आसक्ती उरणार नाही. त्याची भेदबुद्धी नष्ट होईल. त्याच्यासाठी इतर लोक, तो स्वतः आणि ईश्वर एकच बनून जातील. जसं, एक समंजस व्यक्ती पाणी, बर्फ आणि वाफ या तिघांच्यात एकच जलतत्त्व आहे, हे जाणत असते तसंच तत्त्वदर्शी व्यक्तीही इतरांमध्ये, स्वतःमध्ये आणि ईश्वरामध्ये एकाच तत्त्वाचा-सेल्फचा अनुभव घेते.'

● मनन प्रश्न :

१. सदेह गुरूंच्या महत्त्वावर मनन करा. सदेह गुरू आपला आध्यात्मिक प्रवास सहज-सुलभ कसा बनवतात?

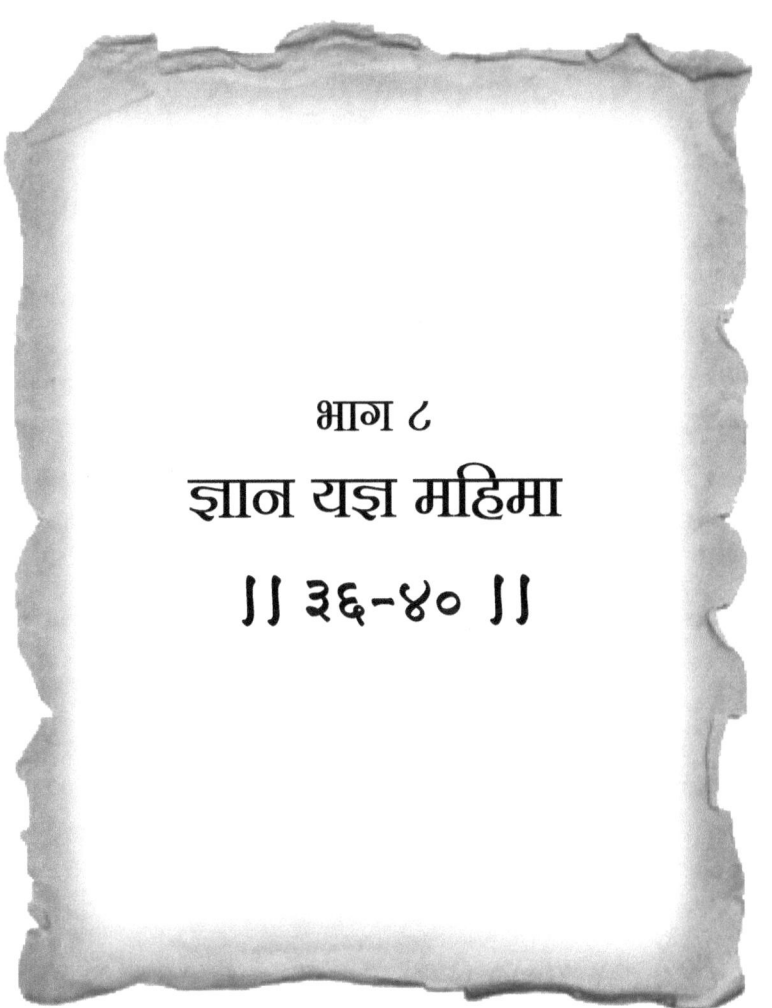

भाग ८
ज्ञान यज्ञ महिमा
॥ ३६-४० ॥

अध्याय ४

पि चेदसि पापेभ्यः सर्वेभ्यः पापकृत्तमः। सर्वं ज्ञानप्लवेनैव वृजिनं सन्तरिष्यसि।।३६।।

यथैधांसि समिद्धोऽग्निर्भस्मसात्कुरुतेऽर्जुन। ज्ञानाग्निः सर्वकर्माणि भस्मसात्कुरुते तथा।।३७।।

न हि ज्ञानेन सदृशं पवित्रमिह विद्यते। तत्स्वयं योगसंसिद्धः कालेनात्मनि विन्दति।।३८।।

श्रद्धावाँल्लभते ज्ञानं तत्परः संयतेन्द्रियः। ज्ञानं लब्धवा परां शान्तिमचिरेणाधिगच्छति।।३९।।

अज्ञश्चश्रद्दधानश्च संशयात्मा विनश्यति। नायं लोकोऽस्ति न परो न सुखं संशयात्मनः ।।४०।।

३६

श्लोक अनुवाद : तू जरी इतर सर्व पापी लोकांपेक्षा जास्त पापं केली असशील तरीही या ज्ञानरूपी नौकेतून निःसंशयपणे संपूर्ण पापाचा समुद्र तरून जाशील।।३६।।

गीतार्थ : श्रीकृष्ण अर्जुनाला सांगत आहेत, 'ज्ञान ही अशी नौका आहे, जी पापी माणसालाही महापापी आणि मायेच्या भवसागरातून पार करून स्वबोध प्राप्त करून देऊ शकते. चेतनेच्या निम्न स्तरावर राहणाऱ्या मनुष्याला जर हे ज्ञान मिळालं, त्यानं जर ते जीवनात उतरवलं तर त्याची मागील सगळी पापं धुतली जातील. मग तो चेतनेच्या सर्वोच्च स्तरापर्यंत जाऊन पोहोचेल. इतिहासात याची अनेक उदाहरणं आढळतात. वाटसरूंची हत्या करणाऱ्या वाल्या कोळ्याला (डाकू रत्नाकर) जेव्हा नारदमुनींनी ज्ञान-भक्तीचा प्रकाशमार्ग दाखवला, तेव्हा त्याचे वाल्मिकीसारख्या संतरूपात परिवर्तन झाले. त्यानंतर त्यांनी रामायण या महाकाव्याची रचना केली. निर्घृण हत्या करणारा अंगुलीमालही भगवान बुद्धांद्वारे ज्ञान मिळाल्यानंतर अहिंसक भिक्षू बनला.'

याचाच अर्थ, मनुष्याकडून जी पाप कर्मं होतात, त्याचं फळ तर त्याला मिळतंच मात्र ज्ञानप्राप्तीनंतर मनुष्य त्यांचा हसत-हसत स्वीकार करतो. ती फळं म्हणजे दुःख कधी येतात आणि कधी जातात, हेदेखील त्याला कळत नाही. उदाहरणार्थ, एखाद्या वाईट कर्माचे फळ म्हणून एखाद्या मनुष्याला संपूर्ण दिवस उपवास घडतो. मग तो नशिबाला दोष देत राहतो. आधीच उपवास घडला त्यातच त्या उपवासाबद्दलही त्याला वाईट वाटतं, म्हणजे फळ वाढवून मिळाले, जास्त मोठे मिळाले, असं त्याला वाटतं. अशा प्रकारे दुसऱ्यावर चिडल्याने आणखी एक वाईट कर्म त्याच्याकडून घडतं.

दुसरीकडे, एका ज्ञानी मनुष्यालाही उपवास घडला, मात्र त्याने ती घटना अशा रीतीने स्वीकार केली, की 'चला, आज या शरीरात वास करणाऱ्या ईश्वराला उपवास करण्याची इच्छा झाली, तर ठीक आहे, देवा, तुझी इच्छा तीच माझी इच्छा!' निसर्गासोबत संपूर्ण ताळमेळ साधल्याने त्याचा दिवस पूर्वीपेक्षा अधिकच ईश्वर-भक्तीच्या उत्कटतेत गेला. अशा तऱ्हेने एक वाईट फळही त्याच्यासाठी सुफल ठरलं.

आत्मज्ञान झाल्यानंतर मनुष्य पाप-पुण्य, सुख-दुःख या सर्व अवस्थांपासून दूर जात परमानंदाच्या अवस्थेत लीन होतो. मग बाहेर काहीही घडलं तरी त्याला त्याचा काही फरक पडत नाही. त्याच्या अंतर्यामी असलेली शांती आणि स्थिरता भंग होत नाही. डाकू अंगुलीमाल बौद्ध भिक्षू बनल्यानंतर जेव्हा गावात भिक्षा मागण्यासाठी जात, तेव्हा लोक त्यांच्याशी योग्य व्यवहार करत नसत. ते त्यांना दगड मारून फेकत, अपशब्द वापरत. मात्र ते या साऱ्याला आपल्या पापांचं प्रायश्चित्त समजून शांत राहत आणि कुठलंही प्रत्युत्तर देत नसत. हळूहळू त्यांच्या पापकर्मांची सावली विरत गेली. म्हणूनच श्रीकृष्ण ज्ञानाला अशी नौका म्हणतात, जी पापाच्या समुद्रातून घोर पापी जनांना अगदी सहजपणे तारून नेते.

३७-३८

श्लोक अनुवाद : कारण हे अर्जुना, प्रज्वलित झालेला अग्नी ज्याप्रमाणे सगळ्याच गोष्टी भस्मसात करून टाकतो, त्याचप्रमाणे ज्ञानरूपी अग्नीही सगळीच कर्मं भस्मसात करतो।।३७।।

या जगात ज्ञानाइतकं पवित्र करणारं इतर काहीच नाही. त्या ज्ञानामुळे कर्मयोगाने शुद्ध अंतःकरण असलेला मनुष्य अनायास आत्म्यास प्राप्त होतो।।३८।।

गीतार्थ : या श्लोकात श्रीकृष्ण या ज्ञानाला अग्नीसमान म्हणतात. जसं, अग्नीत काहीही टाकलं तरी ते भस्म होतं, त्याचप्रमाणे आपल्या आत असलेला ज्ञानाग्नी प्रज्वलित झाल्यानंतर सर्व चांगली-वाईट कर्मं समाप्त होतात अर्थात नष्ट होतात. खरंतर आत्मज्ञान मिळाल्यानंतर व्यक्ती आपल्या आत असलेल्या 'मी'ला विलीन करून खरा 'मी' जागृत करते. मग त्या शरीराद्वारे सेल्फही कर्ता बनून कर्म करतो. त्यानंतर जेव्हा व्यक्तीच कर्ता राहत नाही, तर मग कर्मबंधनंही उरत नाही, ती प्रत्येक कर्मातून मुक्त होते.

यालाच म्हणतात, ज्ञानाच्या अग्नीत सर्व कर्मं भस्मसात होऊन जाणं.

पुढे श्रीकृष्ण सांगतात, या जगात ज्ञानाइतकं पवित्र इतर काहीच नाही. अज्ञानात लोक विचार करतात, गंगेत स्नान केलं तर पापं धुतली जाऊन आपण पवित्र होतो. अमुक एक व्रत, तीर्थयात्रा, पूजा हे सगळं केलं तर मनुष्य पापमुक्त, पवित्र होतो. मात्र असं नाहीये. सत्याचं ज्ञान मिळाल्यानंतर मनुष्याचे भाव, विचार, वाणी आणि क्रियेत शुद्धता येते, त्याचं अंतःकरण पवित्र होतं. त्याला योग्य समय मिळते. आपण कसा विचार करायला हवा, कोणती कर्मं करायला हवी, याचं आकलन होतं. मग हळूहळू योग्य समजेद्वारे कर्म करताना तो शेवटी सेल्फमध्ये स्थापित होतो. जोपर्यंत मनुष्याच्या शरीरात 'मी' अस्तित्वात असतो, तोपर्यंत त्याने एक कर्म सर्वप्रथम करायला हवं. ते म्हणजे समज प्रगल्भ करणं, जे विश्वातील सर्वांत उच्च आणि महान कर्म आहे. अशा प्रकारे समज वाढवण्याचं आणि ती कायम ठेवण्याचं काम तुम्हाला करायचं आहे. समज मिळणं ही जर कृपा असेल तर ती सांभाळून ठेवणं हेदेखील खरं कर्म आहे. तुम्हाला समज मिळताच तुमच्या सर्व कर्मांचा हिशेब एकदमच होऊन जातो. समज मिळताच तुमची सर्व कर्मं एकाच झटक्यात संपुष्टात येतील आणि सारी पापंही एका क्षणात नष्ट होतील. प्रत्येक कर्म करताना त्यामागे तुमची समजच काम करत असते, जी तुम्हाला सतत जागृत ठेवते.

सजगतेत संस्कार मिळाल्यानंतर जुनी वृत्ती, कुसंस्कार, पॅटर्न नष्ट होतात. मनुष्याच्या शरीरात काही संस्कार इतके खोलवर रुजलेले असतात, ज्या संस्काराने मनुष्य पुनःपुन्हा जुनी कर्मं करत राहतो. एखाद्याने शिवी दिली तर तो पुन्हा शिवी देतो, एखाद्याने मारण्यासाठी हात उगारला, तर त्याचाही हात उचलला जातो. ही सवय त्याला लहानपणापासूनच लागलेली असते. त्याची वृत्ती पक्की झालेली असते. तो प्रत्येक घटनेत समान व्यवहार करतो, जसे त्याने पूर्वी केले होते.

मनुष्याच्या जीवनात आयुष्यभर हेच चाललेलं असतं. थपडेचे

उत्तर थपडेने आणि शिवीचं उत्तर शिवीने. या सर्व गोष्टी बेहोशी आणि अज्ञानात चाललेल्या असतात. पण मनुष्याला हे ठाऊक नसतं. तो नेहमी एकसारखाच प्रतिसाद देतो. कारण त्याच्यामध्ये सजगता नसते. मग याचंच कर्मबंधन बनतं. काही नवीन कर्मं तयार होत राहतात आणि जुनी कर्मं नष्ट होतात. अशा प्रकारे हे दुष्टचक्र सुरूच राहतं. मात्र आपल्याला या ज्ञानाच्या साहाय्याने, ज्ञानरूपी तलवारीने दुष्टचक्रातून मुक्त व्हायचं आहे.

३९-४०

श्लोक अनुवाद : जितेंद्रिय, साधनपरायण आणि श्रद्धावान मनुष्य ज्ञान मिळवतो आणि ज्ञानप्राप्तीनंतर तत्काळ भगवत्‌रूपी परमशांती प्राप्त करून घेतो॥३९॥

मात्र विवेकहीन, श्रद्धारहित, संशयी मनुष्य परमार्थापासून दूर जातो. अशा मनुष्यासाठी मग हा लोक, परलोक किंवा सुख काहीच उरत नाही॥४०॥

गीतार्थ : पूर्वीच्या काळी ज्ञानाच्या गोष्टी ऐकणं इतकं सहज सोपं नव्हतं. लोक आश्रमात जाऊन, गुरूंपाशी राहून ज्ञान मिळवत असत. कारण पूर्वी आजसारखी आधुनिक साधनं उपलब्ध नव्हती. मात्र सध्याची गोष्टच वेगळी आहे. पुस्तकं, टीव्ही, रेडिओ, इंटरनेट यांद्वारे ज्ञान लोकांपर्यंत सहजतेनं पोहोचत असतं. जे पूर्वी फक्त वेद-उपनिषद, धार्मिक ग्रंथ, संस्कृत वा इतर प्राचीन भाषांमध्येच उपलब्ध होतं, मात्र आज त्यांचेही सोपे अनुवाद उपलब्ध आहेत.

सांगण्याचे तात्पर्य, आज लोकांसाठी उच्चतम ज्ञान मिळवणं सहज झालं आहे. तरीही आजच्या युगातले लोक सर्वांत जास्त त्रस्त, नकारात्मक विचार आणि निराशेनं घेरलेले असतात. कारण त्यांना ज्ञान तर मिळतं, पण ते त्यांच्या जीवनात उतरत नाही. त्यांनी ऐकलेलं ज्ञान लोक इतरांना ऐकवतात आणि स्वतःच्या अहंकाराची तृप्ती करून घेतात, हे आश्चर्यच नव्हे का?

अध्याय ४ : ३९-४०

श्रीकृष्ण सांगतात, 'ज्ञानप्राप्तीसाठी ज्ञान ऐकणे किंवा वाचणे पुरेसे ठरत नाही. त्यासाठी मनुष्यात तीन गुण असावे लागतात. पहिला गुण म्हणजे तो जितेंद्रिय असावा. त्याने सर्व इंद्रियांवर विजय मिळवलेला असावा, त्याची इंद्रियं विवेकपूर्ण असावीत. अर्थात त्याची इंद्रियं त्याच्या नियंत्रणात असावी, मनाच्या नाही. शिवाय त्याची इंद्रियं त्याच्या कर्तव्यकर्मपूर्तीसाठी साहाय्यक ठरावीत, बाधा बनू नये.

दुसरा गुण, तो साधनपरायण असावा. आपण हे याआधीही वाचलं असेल, की सत्यप्राप्तीसाठी मनुष्य विविध साधनांचा यज्ञ करतो. उदाहरणार्थ, जप, ध्यान, प्राणायाम, नामस्मरण, सेवा इत्यादी. कुठल्याही मार्गाचा अवलंब करा, मात्र तो पूर्णांशाने, शंभर टक्के करायला हवा. तुम्ही त्या मार्गात पारंगत झाला तरच सफलता मिळेल अन्यथा एक दिवस एक साधनमार्ग, दुसऱ्या दिवशी दुसरा तर मग कुठलाच लाभ मिळणार नाही. जिथून सुरुवात केलीत, तिथेच राहाल. प्रत्येक मार्ग शेवटी एकाच ध्येयाप्रत घेऊन जाईल, तो आहे अहंकारशून्यता म्हणजेच 'मी'तून पूर्णपणे मुक्ती!

तिसरा गुण म्हणजे तो सश्रद्ध असावा. श्रद्धेशिवाय सत्याचं ज्ञान जीवनात उतरूच शकत नाही. कारण केवळ नुसते ज्ञान ऐकायला तार्किक वाटत नाही, मनाला पटत नाही. जेव्हा गुरू म्हणतात, तुम्ही कर्ता नाही. पण जर गुरूंवर श्रद्धा नसेल तर साधक यावर विश्वास ठेवणार नाहीत. अर्जुन श्रीकृष्णाच्या कथनावर कुठलेही प्रमाण न मागता विश्वास ठेवतात. कारण त्याची श्रीकृष्णावर श्रद्धा असते. नाहीतर मनुष्य म्हणतो, 'मी हे कसं मान्य करू, की ईश्वरच आहे, मी नाही. ईश्वर तर कुठे दिसत नाही, मी मात्र स्वतःला बघू शकतो. म्हणजे माझं अस्तित्व तर नक्कीच आहे, ईश्वरच नसेल कदाचित.'

श्रीकृष्णाच्या मतानुसार, ज्ञान जीवनात उतरण्यासाठी मनुष्यात इंद्रिय संयम, साधन परायणता आणि श्रद्धा असणं गरजेचं आहे. या गुणांच्या साहाय्यानेच ज्ञान मिळाल्यानंतर मनुष्य लवकरात लवकर स्वबोधाची अवस्था प्राप्त करू शकतो. मात्र गुरूंच्या कथनावर विश्वास न ठेवणारा,

विवेकबुद्धीचा वापर न करता जे दिसतंय त्यालाच सत्य, वास्तव मानणारा मनुष्य खरं ज्ञान प्रत्यक्षात कधीही आचरणात आणू शकत नाही. परिणामी त्याला परमानंदही प्राप्त होत नाही. शिवाय तो या जगातही दुःखी राहतो आणि सूक्ष्म जगातही!

संशयग्रस्त मनुष्याचं जीवन दुःखातच व्यतीत होतं याची प्रचिती तर आपण आपल्या जीवनातच घेऊ शकतो. एखाद्याकडे सुख-सुविधा, कार, घर, नोकर-चाकर... अशी सर्व सुबत्ता, सुखसोयी आहेत, तरीदेखील तो एखाद्या बाबीवर संशयच व्यक्त करत राहील. जसं- 'आज माझ्याकडे सर्वकाही आहे, परंतु उद्या हे सगळं राहील की नाही कोण जाणे... आज माझ्या कुटुंबातील लोक माझी विचारपूस करत आहेत, मला मान देत आहेत, उद्या जर यांनी मला विचारलंच नाही, तर माझं कसं होईल...' अशा वेळी लोक त्याच्या मदतीला जरी आले, तरी तो त्यांच्यावरदेखील शंका घेतो, 'यांना नक्कीच माझ्याकडून काहीतरी काम करून घ्यायचं आहे, त्यामुळेच ते माझ्या पुढे पुढे करतायंत...'

अशा लोकांनी कितीही सुख-सोयी साधन-संपत्ती मिळवली तरीदेखील ते कधीही सुखी होऊ शकत नाहीत. कारण जे सुख आंतरिक योग झाल्यानंतर प्राप्त होतं, जे सुख अखंड जीवन बनल्यानंतर मिळतं, त्याविषयी त्यांना काहीच माहीत नसतं. यासाठीच म्हटलं गेलंय, 'त्यांचा लोक आणि परलोक दोन्ही नष्ट होतात. कारण ज्या उद्देशाने ते पृथ्वीवर आले ते तर पूर्ण झालंच नाही.'

● **मनन प्रश्न :**

१. ज्ञान मिळवण्यासाठी गुरूवर श्रद्धा आणि विश्वास असणं गरजेचं का आहे?

२. अशा कुठल्या समजेनं कर्म केल्यास कर्मबंधनं नष्ट होतात?

भाग ९
बंधनमुक्त कर्मांवर उपाय
॥ ४१-४२ ॥

अध्याय ४

योगसन्नयस्तकर्माणं ज्ञानसञ्छिन्नसंशयम्। आत्मवन्तं न कर्माणि निबध्नन्ति धनञ्जय ।।४१ ।।

तस्मादज्ञानसम्भूतं हृत्स्थं ज्ञानासिनात्मनः। छित्वैनं संशयं योगमातिष्ठोत्तिष्ठ भारत ।।४२।।

४१-४२

श्लोक अनुवाद : हे धनंजया, ज्याने कर्मयोगातील विधीने समस्त कर्म परमात्म्याला अर्पण केली आहेत आणि विवेकाने सर्व संशयांचा नाश केला आहे, असे अंतःकरण वश केलेल्या पुरुषाला कुठलेही कर्म बांधून ठेवू शकत नाही।।४१।।

म्हणून हे भरतवंशीय अर्जुना, तू तुझ्या हृदयात स्थित असणाऱ्या अज्ञानजनित संशयाला आपल्या विवेकरूपी तलवारीने नष्ट करून समत्वरूप कर्मयोगात स्थित हो आणि युद्धासाठी तयार हो।४२।।

गीतार्थ : श्रीकृष्ण अर्जुनाला समजावतात, 'प्रत्येक कर्म, भाव, विचार, वाणी, क्रिया तसेच शारीरिक, मानसिक कर्म यांना कर्ता मानून तू ईश्वराला अर्पण कर. अशाने कर्ताभाव नष्ट होऊन नवीन कर्मही बनत नाही. त्याचप्रमाणे फलरूपी मुक्तीचा मार्गही खुला होतो. यामुळे तू पाप-पुण्याच्या चक्रात पडू नकोस, चांगल्या-वाइटाचं भय सोड. तू मनात श्रद्धा ठेवून मी सांगितलेल्या ज्ञानावर विवेकपूर्ण मनन कर. आपल्या साऱ्या शंकांपासून मुक्त होऊन अकर्ता भाव ठेऊन युद्ध कर. अकर्मरूपी संशयाला विवेकरूपी तलवारीने नष्ट करून समानरूपी कर्मयोगात स्थित हो. अशा तऱ्हेने जर तू युद्ध केलंस तर युद्धाच्या कर्मबंधनात अडकणार नाहीस, बांधला जाणार नाहीस.'

सामान्य मनुष्यही अर्जुनासारखाच जीवनाच्या रणभूमीत उभा असतो. मात्र तो त्या युद्धाला घाबरत असतो. जेव्हा तो सगळ्यात आधी योग्य ती समज प्राप्त करेल, तेव्हा पुढच्या सगळ्या गोष्टी त्याच्यासाठी सहज-सुलभ होत जातील. यासाठीच समज प्राप्त करणं हेच सगळ्यात मोठं कर्म आहे, असं म्हटलं जातं. म्हणून समज म्हणजे काय, कर्मबंधनाचं मूळ कारण काय, हे आधी जाणून घ्यायला हवं. कर्मबंधनाच्या मुळापर्यंत पोहोचून जर तुम्ही त्यावरच प्रहार केला, तर त्याचं फळ तुम्हाला नक्कीच मिळेल. कर्म करताना जर ज्ञान, होश आणि समज असेल तर असं कर्म बंधनाचं कारण बनणार नाही. मग तुम्ही कुठल्याही भीतीशिवाय जीवनातली प्रत्येक लढाई सहजतेने लढू शकाल. शिवाय ते तुमच्या बंधनाचं नव्हे तर मुक्तीचं कारण बनेल.

अध्याय ४ : ४१-४२

● **मनन प्रश्न :**

१. असं कुठलं कर्म आहे, जे सर्वप्रथम करायला हवं? तुम्ही तसं कर्म करता का?

● ● ●

हे पुस्तक वाचल्यानंतर आपला अभिप्राय कृपया या पत्त्यावर अवश्य पाठवा.
Tej Gyan Global Foundation, Pimpri Colony Post Office, P.O.Box 25, Pune-411017. Maharashtra (India).

एक अल्प परिचय
सरश्री

स्वीकार मुद्रा

सरश्रींचा आध्यात्मिक शोधाचा प्रवास त्यांच्या बालपणापासूनच सुरू झाला होता. हा शोध सुरू असतानाच त्यांनी अनेक प्रकारच्या पुस्तकांचं अध्ययन केलं. त्याचबरोबर या शोधकाळात त्यांनी अनेक ध्यानपद्धतींचा अभ्यासही केला. त्यांच्यातील या जिज्ञासेने त्यांना अनेक वैचारिक आणि शैक्षणिक संस्थांमध्ये जाण्यासाठी प्रेरित केलं. जीवनाचं रहस्य समजण्यासाठी त्यांनी **प्रदीर्घ काळ मनन करून आपलं शोधकार्य सातत्याने सुरू ठेवलं. या शोधातूनच त्यांना 'आत्मबोध' प्राप्त झाला.** आत्मसाक्षात्कारानंतर त्यांना जाणवलं, की **अध्यात्माचा प्रत्येक मार्ग ज्या शृंखलेने जोडलेला आहे, तो म्हणजे 'समज' (Understanding).** आत्मबोधप्राप्तीनंतर त्यांनी अध्यापनाचं कार्य थांबवलं आणि जवळ जवळ दोन दशकांहूनही अधिक काळ आपलं समस्त जीवन अखिल मानवजातीच्या आध्यात्मिक विकासासाठी अर्पण केलं.

सरश्री म्हणतात, ''सत्यप्राप्तीच्या सर्व मार्गांचा प्रारंभ जरी वेगवेगळ्या मार्गांनी होत असला, तरी सर्वांचा अंत मात्र एकच समज प्राप्त केल्याने होतो. ही **'समज'च सर्व काही असून ती स्वतःमध्ये परिपूर्ण आहे.** आध्यात्मिक ज्ञानप्राप्तीसाठी या 'समजे'चं श्रवणच पुरेसं आहे.'' ही समज प्रकाशमान करण्यासाठी आजपर्यंत **त्यांनी आध्यात्मिक विषयांवर तीन हजारांहून अधिक प्रवचनं दिली आहेत.** या प्रवचनांद्वारे ते अध्यात्मातील अतिशय गहन संकल्पना सहज, सुलभ आणि व्यावहारिक भाषेत समजावून सांगतात. समाजातील प्रत्येक स्तरावरील मनुष्य सरश्रींद्वारे सांगितल्या जाणाऱ्या या समजेचा लाभ घेऊ शकतो.

ही समज प्रत्येकाला आपल्या अनुभवातून प्राप्त व्हावी, यासाठी सरश्रींनी

'महाआसमानी परमज्ञान शिबिर' आणि त्यासाठी आवश्यक असणारी कार्यप्रणाली (सिस्टिम) तयार केली. **तिचा लाभ आज लाखो लोक घेत आहेत.** या प्रणालीला आय.एस.ओ. (ISO 9001:2015) प्रमाणपत्रही लाभलंय. या प्रणालीमुळेच अनेकांना सत्यमार्गावर वाटचाल करण्याची प्रेरणा मिळाली आहे. या समजेचा प्रचार आणि प्रसार करण्यासाठी त्यांनी 'तेजज्ञान फाउंडेशन' या आध्यात्मिक संस्थेचा पाया रचला. **'हॅपी थॉट्सद्वारे उच्चतम विकसित समाजाची निर्मिती करणे,'** हेच या संस्थेचं मुख्य उद्दिष्ट आहे.

विश्वातील प्रत्येक मनुष्य आज सरश्रींच्या मार्गदर्शनाचा लाभ घेऊ शकतो. त्यासाठी कोणत्याही धर्म, जात, उपजात, वर्ण, पंथ वा लिंग यांचं बंधन नसतं. विश्वाच्या प्रत्येक कानाकोपऱ्यांतील लोक आज 'तेजज्ञान'च्या अनोख्या ज्ञानप्रणालीचा (System for Wisdom) लाभ घेत आहेत. याच व्यवस्थेचा आणखी एक महत्त्वपूर्ण भाग म्हणजे, **दररोज सकाळी आणि रात्री ९ वाजून ९ मिनिटांनी लाखो लोक विश्वशांतीसाठी प्रार्थना करत आहेत.**

बेस्ट सेलर पुस्तक 'विचार नियम' शृंखलेचे रचनाकार म्हणूनही सरश्रींना ओळखलं जातं. **केवळ पाच वर्षांच्या कालावधीत या पुस्तकाच्या १ कोटीपेक्षा अधिक प्रती वितरित** झाल्या आहेत. याशिवाय आजवर त्यांनी विविध विषयांवर **१०० हून अधिक पुस्तकं लिहिली** आहेत. त्यांपैकी 'विचार नियम', 'स्वसंवाद एक जादू', 'शोध स्वतःचा', 'स्वीकाराची जादू', 'निःशब्द संवाद एक जादू', 'संपूर्ण ध्यान' इत्यादी पुस्तकं बेस्ट सेलर झाली आहेत. ही पुस्तकं दहापेक्षा अधिक भाषांमध्ये अनुवादित असून, पेंगुइन बुक्स, हे हाउस पब्लिशर्स, जैको बुक्स, मंजुळ पब्लिशिंग हाउस, प्रभात प्रकाशन, राजपाल ॲण्ड सन्स, पेंटागॉन प्रेस आणि सकाळ प्रकाशन इत्यादी प्रमुख प्रकाशन संस्थांद्वारे ती प्रकाशित झाली आहेत.

तेजज्ञान फाउंडेशन परिचय

तेजज्ञान फाउंडेशन आत्मविकासातून आत्मसाक्षात्कार प्राप्त करण्याचा एक मार्ग आहे. यासाठी सरश्रींद्वारा एक अनोखी बोधप्रणाली (System for Wisdom) निर्माण झाली आहे. या प्रणालीला आंतरराष्ट्रीय प्रमाणपत्राद्वारे ISO 9001:2015च्या आवश्यकतेनुसार आणि निकष पडताळून सरळ, व्यावहारिक आणि प्रभावी बनवलं गेलं आहे.

या संस्थेच्या प्रबोधनपद्धतीच्या भिन्न पैलूंना (शिक्षण, निरीक्षण आणि गुणवत्ता) स्वतंत्र गुणवत्ता परीक्षकांद्वारे (Quality Auditors) क्रमबद्ध पद्धतीने पडताळलं गेलं. त्यानंतर या पैलूंना ISO 9001:2015 साठी पात्र समजून या बोधपद्धतीला हे प्रमाणपत्र प्रदान करण्यात आलं.

या फाउंडेशनचे लक्ष्य आहे नकारात्मक विचारांकडून सकारात्मक विचारांकडे वाटचाल. सकारात्मक विचारांकडून शुभ विचारांकडे म्हणजे हॅपी थॉट्सकडे प्रगती. शुभ विचारांकडून निर्विचार अवस्थेकडे मार्गक्रमण आणि निर्विचार अवस्थेच्या अंती आत्मसाक्षात्कार प्राप्ती. 'मी सर्व विचारांपासून मुक्त व्हावे' हा विचार म्हणजे शुभ विचार (हॅपी थॉट्स). 'मी प्रत्येक इच्छेपासून मुक्त व्हावे', अशी इच्छा म्हणजे शुभ इच्छा.

तेजज्ञान म्हणजे ज्ञान व अज्ञान या दोहोंच्या पलीकडचे ज्ञान. पुष्कळ लोक सामान्य ज्ञानाच्या (General Knowledge) माहितीलाच ज्ञान मानतात. परंतु अस्सल ज्ञान आणि नुसती माहिती यांत फार मोठे अंतर आहे. आजमितीला लोक सामान्य ज्ञानाच्या उत्तरांनाच जास्त महत्त्व देतात. अशा ज्ञानाचे विषय म्हणजे कर्म आणि भाग्य, योग आणि प्राणायाम, स्वर्ग आणि नरक इत्यादी. आजच्या युगात सामान्यज्ञान प्राप्त करणारे लोक, शिक्षक मोठ्या प्रमाणावर आहेत; परंतु हे ज्ञान ऐकून जीवनात परिवर्तन घडून येत नाही. असे ज्ञान म्हणजे केवळ बुद्धिविलास आहे किंवा अध्यात्माच्या नावावर चाललेला बुद्धीचा व्यायाम आहे.

सर्व समस्यांवरील उपाय आहे तेजज्ञान. क्रोध, चिंता आणि भय यांपासून मुक्त जीवन म्हणजे तेजज्ञान. शारीरिक, मानसिक, सामाजिक, आर्थिक आणि आध्यात्मिक प्रगतीचा, सर्वांगीण प्रगतीचा मार्ग आहे तेजज्ञान. तेजज्ञान आपल्या

अंतरंगात आहे. येथे या आणि या गोष्टीचा अनुभव घ्या.

आपल्याला असे ज्ञान हवे आहे, की जे सामान्य ज्ञानापलीकडे आहे, जे प्रत्येक समस्येवरील उत्तर आहे, जे प्रत्येक समजुतीपासून, गृहीत धारणांपासून आपल्याला मुक्त करते, ईश्वरी साक्षात्कार घडविते, अंतिम सत्यात स्थापित करते. आता वेळ आली आहे शाब्दिक, सामान्यज्ञानातून बाहेर येऊन तेजज्ञानाचा अनुभव घेण्याची!

आजवर जप-तप, तंत्र-मंत्र, कर्म-भाग्य, ध्यान-ज्ञान, योग-भक्ती असे अनेक मार्ग अध्यात्मात सांगितले आहेत. या सर्व मार्गांनी प्राप्त होणारी अंतिम समज, अंतिम ज्ञान, बोध एकच आहे. अंतिम सत्याच्या शोधकाला, साधकाला शेवटी जी एकच 'समज' प्राप्त होते, ती 'समज' श्रवणानेसुद्धा प्राप्त होऊ शकते. अशा समजप्राप्तीसाठी श्रवण करणे यालाच तेजज्ञान प्राप्त करणे म्हटले गेले आहे. तेजज्ञानाच्या श्रवणाने सत्याचा साक्षात्कार घडतो, ईश्वरीय अनुभव मिळतो. हेच तेजज्ञान सरश्री महाआसमानी शिबिरात प्रदान करतात.

महाआसमानी परमज्ञान
शिबिर परिचय आणि लाभ (निवासी)

तुम्हाला सर्वोच्च आनंद हवाय? असा आनंद, जो कोणत्याही बाह्य कारणावर अवलंबून नाही... जो प्रत्येक क्षणी वृद्धिंगत होतो. या जीवनात तुम्हाला प्रेम, विश्वास, शांती, समृद्धी आणि परमसंतुष्टी हवी आहे का? शारीरिक, मानसिक, सामाजिक, आर्थिक आणि आध्यात्मिक अशा आयुष्याच्या सर्व स्तरांवर यशस्वी होण्याची तुमची इच्छा आहे का? 'मी कोण आहे' हे तुम्हाला अनुभवाने जाणावंसं वाटतं का?

तुमच्या अंतर्यामी अशा सर्व प्रश्नांची उत्तरं जाणण्याची इच्छा आणि 'अंतिम सत्य' प्राप्त करण्याची तृष्णा असेल, तर तेजज्ञान फाउंडेशनतर्फे आयोजित 'महाआसमानी शिबिरा'त तुमचं स्वागत आहे. हे शिबिर सरश्रींच्या मार्गदर्शनावर आधारित आहे. सरश्री, आजच्या युगातील आध्यात्मिक गुरू असून, ते आजच्या लोकभाषेत अत्यंत सहजपणे आध्यात्मिक समज प्रदान करतात.

महाआसमानी परमज्ञान शिबिराचा उद्देश :

विश्वातील प्रत्येक मनुष्यानं 'मी कोण आहे', या प्रश्नाचं उत्तर जाणून तो सर्वोच्च आनंदाच्या अवस्थेत स्थापित व्हावा, हाच या शिबिराचा मुख्य उद्देश आहे. प्रत्येकाला असं ज्ञान प्राप्त व्हावं, जेणेकरून त्यानं प्रत्येक क्षणी वर्तमानात जगण्याची कला आत्मसात करावी. तो भूतकाळाचं ओझं आणि भविष्याची चिंता यांतून मुक्त व्हावा. प्रत्येकाच्या आयुष्यात कधीही न संपणारा आनंद आणि योग्य समज यावी. शिवाय, प्रत्येकानं समस्या विलीन करण्याची कला आत्मसात करावी. थोडक्यात, मनुष्यजन्माचा उद्देश सफल व्हावा, हाच या शिबिराचा उद्देश आहे.

'मी कोण आहे? मी येथे का आहे? मोक्ष म्हणजे काय? या जन्मातच मोक्षप्राप्ती शक्य आहे का?' असे प्रश्न जर तुमच्या मनात असतील, तर त्यांवरील उत्तर आहे- 'महाआसमानी परमज्ञान शिबिर'.

महाआसमानी परमज्ञान शिबिराचे मुख्य लाभ :

वास्तविक या शिबिराचे लाभ तर असंख्य आहेत; पण त्यांपैकी मुख्य लाभ पुढीलप्रमाणे-

* जीवनात शक्तिशाली ध्येय निश्चित होतं
* 'मी कोण आहे' हे अनुभवाने जाणता येतं (सेल्फ रियलायजेशन)
* मनाचे सर्व विकार विलीन होतात.
* भय, चिंता, क्रोध, बोरडम, मोह, तणाव या नकारात्मक बाबींतून मुक्ती
* प्रेम, आनंद, मौन, समृद्धी, संतुष्टी, विश्वास अशा दिव्य गुणांशी युक्ती
* साधं, सरळ पण शक्तिशाली जीवन जगता येतं
* प्रत्येक समस्येचं निराकरण करण्याची कला प्राप्त होते
* 'प्रत्येक क्षणी वर्तमानात जगणं' हा तुमचा स्वभाव बनतो
* आपल्यातील सर्व सकारात्मक शक्यता खुलतात
* याच जीवनात मोक्षप्राप्ती होते

महाआसमानी परमज्ञान शिबिरात सहभागी कसं व्हाल?

या शिबिरात सहभागी होण्यासाठी तुम्हाला खालील बाबींची पूर्तता करायची आहे-

१)	तुमचं वय कमीत कमी अठरा किंवा त्यापेक्षा अधिक असायला हवं.
२)	सर्वप्रथम तुम्हाला 'सत्य-स्थापना' (फाउंडेशन ट्रुथ रिट्रीट) शिबिरात सहभागी व्हावं लागेल. या शिबिरात, तुम्ही प्रामुख्यानं दोन बाबी शिकाल- प्रत्येक क्षणी वर्तमानात जगण्याची कला कशी आत्मसात करावी आणि निर्विचार अवस्था कशी प्राप्त करावी.
३)	प्राथमिक स्तरावर तुम्हाला काही प्रवचनं ऐकायची असून, त्यांतून तुम्ही मूलभूत समज आत्मसात कराल आणि महाआसमानी शिबिरात प्रवेश करण्यासाठी तयार व्हाल.

हे शिबिर साधारणपणे एक-दोन महिन्यांच्या अंतराने आयोजित करण्यात येतं. यात हजारो सत्यशोधक सहभागी होतात. या शिबिराची तयारी दोन पद्धतींनी करू शकता. पहिली पद्धत- मनन आश्रम, पुणे येथे ५ दिवसीय शिबिरात भाग घेऊ शकता. दुसरी पद्धत- तेजज्ञान फाउंडेशनच्या जवळच्या सेंटरवर जाऊन सत्यश्रवणाद्वारेही करू शकता. महाराष्ट्रात अहमदनगर, सातारा, औरंगाबाद, नाशिक, नागपूर, वर्धा, अमरावती, चंद्रपूर, यवतमाळ, कोल्हापूर, सांगली, रत्नागिरी, लातूर, बीड, नांदेड, परभणी, पनवेल, मुंबई, ठाणे, सोलापूर, पंढरपूर, जळगाव, अकोला, बुलढाणा, धुळे, भुसावळ आणि महाराष्ट्राबाहेर सुरत, अहमदाबाद, बडोदा, नवी दिल्ली, बेंगलुरू, बेळगाव, धारवाड, रायपूर, भुवनेश्वर, कोलकाता, रांची, लखनौ, कानपूर, चंदीगढ, जयपूर, चेन्नई, पणजी, म्हापसा, भोपाळ, इंदोर, इटारसी, हर्दा, विदिशा, बुऱ्हाणपूर या ठिकाणी महाआसमानी शिबिराची पूर्वतयारी करू शकता.

तेजज्ञान फाउंडेशनमध्ये उपलब्ध असणाऱ्या सरश्रीलिखित पुस्तकांचं वाचन करून किंवा सरश्रींच्या प्रवचनांच्या सीडीज ऐकूनही तुम्ही या शिबिराची पूर्वतयारी करू शकता. याशिवाय, तुम्ही टीव्ही, रेडिओ किंवा यू ट्युबवरील सरश्रींच्या प्रवचनांचा लाभही घेऊ शकता. पण लक्षात घ्या, पुस्तकांतील ज्ञान, सीडी, टीव्ही, रेडिओ आणि यू ट्युबवरील प्रवचनं म्हणजे 'तेजज्ञानाची तोंडओळख' आहे; 'संपूर्ण तेजज्ञान' मुळीच नाही. तुम्ही महाआसमानी शिबिरात सहभागी होऊनच तेजज्ञानाचा आनंद घेऊ शकता. तेव्हा आगामी महाआसमानी शिबिरात सहभागी होण्यासाठी आजच संपर्क करा- 09921008060/75, 9011013208

महाआसमानी परमज्ञान शिबिरस्थान :

हे शिबिर पुण्यातील मनन आश्रम येथे आयोजित केलं जातं. येथे तुमच्या निवासाची आणि भोजनाची व्यवस्था केली जाते. तुम्हाला काही शारीरिक व्याधी असतील आणि त्यासाठी जर तुम्ही नियमितपणे औषधं घेत असाल, तर शिबिरात येताना ती सोबत बाळगावीत. शिवाय, वातावरणानुसार गरम कपडे, स्वेटर, ब्लँकेटही आणावं.

पुणे शहरापासून १७ किलोमीटर अंतरावर अत्यंत निसर्गरम्य परिसरात मनन आश्रम वसलेला आहे. आश्रमात महिला आणि पुरुष यांच्या निवासाची स्वतंत्र व्यवस्था असून येथे जवळपास ८०० लोकांच्या राहण्याची व्यवस्था आहे. आपण हवाईमार्ग, हायवे किंवा रेल्वे अशा कोणत्याही मार्गाने पुण्यात येऊ शकता.

मनन आश्रम : मनन आश्रम, पुणे, सर्व्हे नं. ४३, सणस नगर, नांदोशी गाव, किरकटवाडी फाटा, तालुका- हवेली, जिल्हा- पुणे- ४११०२४. फोन- 09921008060

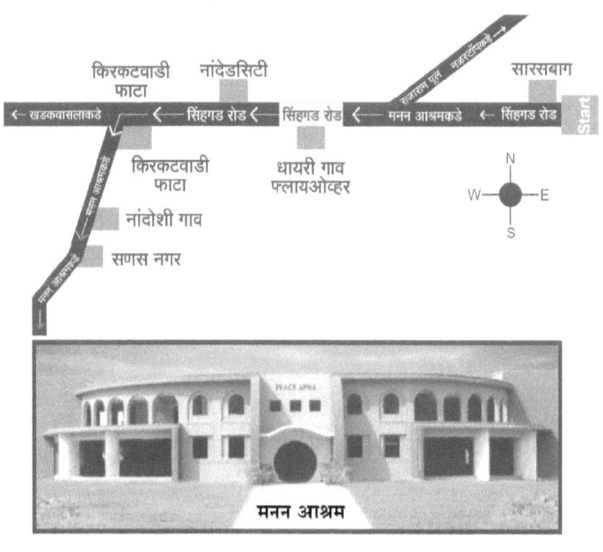

मनन आश्रम

'सरश्रीं'द्वारे रचित इतर पुस्तकं

जीवनाची 5 महान रहस्यं

प्रेम, आनंद, मौन, समृद्धी
आणि परमेश्वर प्राप्तीचा मार्ग

Also available in Hindi

पृष्ठसंख्या : १६०
मूल्य : ₹ १६०

शारीरिक, मानसिक, आर्थिक, सामाजिक आणि आध्यात्मिक अशा जीवनाच्या पाच महत्त्वपूर्ण भागांचा विकास करण्यासाठी मार्गदर्शन मिळू शकेल अशा एखाद्या पुस्तकाच्या प्रतीक्षेत आपण आहात का? पंचकल्याणाचा मार्ग आपल्याला हवाय का?

या पुस्तकाद्वारे आपण जाणाल- *कधीही न बदलणारा सृष्टीचा महानियम *समस्यांचं निराकरण करण्याच्या उत्तम पद्धती *प्रेम आणि समृद्धी प्राप्त करण्याची योग्य पद्धत *भूत आणि भविष्य यांतून मुक्तीचा योग्य मार्ग *ध्यानाची डिक्शनरी *आपल्या खऱ्या अस्तित्वाची प्रचिती

वरील सर्व मुद्दे यातील पाच रहस्यांद्वारे आपल्यासमोर उलगडत जातील. प्रस्तुत पुस्तकातील प्रत्येक रहस्यं जसजसं उलगडत जाईल, तसतसं आपलं जीवन सर्वोत्कृष्ट होत जाईल.

सुखी जीवनाचे पासवर्ड

दुःख, अशांती आणि उद्विग्नतेच्या कैदेतून सुखाला करा मुक्त

Also available in Hindi

पृष्ठसंख्या : १६८
मूल्य : ₹ १६०

मनुष्य स्वतःचं जीवन चुकीच्या सवयी आणि नकारात्मक विचारांमुळे गुंतागुंतीचं आणि बिकट बनवतो. मग बंधनांतून मुक्त होऊन स्वातंत्र्य प्राप्त करणं ही तर त्याच्यासाठी खूपच दूरची गोष्ट ठरते. उलट तो स्वतःच बनवलेल्या दुःखरूपी जाळ्यात जीवन जगायला विवश होतो. शांती आणि संतुष्टी यांच्यापासून तो दुरावला जातो. याउलट मनुष्य जेव्हा सुखी जीवनाची सूत्रं, पासवर्ड समजून घेतो, तेव्हा तो खऱ्या अर्थानं सुखी आणि संपन्न जीवनाचं महाद्वार उघडतो.

प्रस्तुत पुस्तकात सुखी जीवनाचे आठ पासवर्ड दिले आहेत. त्यांच्या साहाय्याने आपण दुःख आणि अशांतीचं लॉकर खोलू शकाल. वरवर पाहिलं तर हे आठ पासवर्ड तुम्हाला अगदी सामान्य वाटतील. परंतु दैनंदिन जीवनात यांचा उपयोग केला, तर शांती आणि संतुष्टी यांचा तुमच्यावर वर्षाव होईल.

पृष्ठसंख्या : १६०
मूल्य : ₹ १७५

वर्तमान एक जादू
उज्ज्वल भविष्याची निर्मिती आणि प्रत्येक समस्येवरील उपाय

Also available in Hindi

वर्तमान म्हणजे...

आश्चर्याचं स्थान... आनंदाचा स्रोत... यशाचं रहस्य... उज्ज्वल भविष्याचा पाया... प्रत्येक समस्येवरील उपाय... भूत आणि भविष्य यांपलीकडे असलेली अवस्था... सर्वोच्च शक्यतेचं पहिलं द्वार... निसर्गाने बहाल केलेला सर्वोत्तम उपहार...

तुम्ही जर विचार करत असाल, वर्तमानात इतकी गहनता कशी असू शकेल?' तर निश्चितच तुमच्या प्रत्येक प्रश्नाचं उत्तर या पुस्तकात आहे.

वर्तमानाचा अर्थ आपण जितक्या सखोलतेनं समजून घ्याल, तितका तो अधिकाधिक गहिरा होत जाईल. प्रस्तुत पुस्तकाद्वारे याच गहनतेची ओळख आपल्याला होणार आहे. या क्षणी तुम्ही हे पुस्तक तुमच्या जीवनात आकर्षित केलं आहे, तेव्हा त्याचा संपूर्ण लाभ अवश्य घ्यावा.

तेज्ञान फाउण्डेशन के नए
YouTube - "Happy Thoughts Channel" पर
'संपूर्ण जीवन दर्शन-365 सवाल' श्रृंखला का लाभ लें

Subscribe, Like, Share, Comment

आत्मविकास से आत्मसाक्षात्कार की यात्रा

'संपूर्ण जीवन दर्शन' यह 365 सवालों की श्रृंखला है जो जीवन के सभी आयाम जैसे अध्यात्म, कर्म, भाग्य, ज्ञान, ध्यान, प्रार्थना, भक्ति, जन्म, मृत्यु, क्षमा, स्वास्थ्य, समृद्धि, खुशी, रिश्ते-नाते, विकास, सफलता इत्यादि सभी आयामों पर एक नई रोशनी डालती है। 365 सवालों की यह श्रृंखला आपको आत्मविकास से आत्मसाक्षात्कार की मंज़िल तक पहुँचने में सहायता करेगी।

☞ "Happy Thoughts Channel" को आज ही सबस्क्राइब करें

e-mail
mail@tejgyan.com

Website
www.tejgyan.org, www.gethappythoughts.org

- विश्वशांती प्रार्थना -

पृथ्वीवर शुभ्र प्रकाश (दिव्यशक्ती) येत आहे,
पृथ्वीतून सोनेरी प्रकाशाचा (चेतनेचा) उदय होत आहे.
विश्वातील सगळी नकारात्मकता दूर होत आहे.
सर्वजण प्रेम, आनंद आणि शांतीसाठी ग्रहणशील होत आहेत.

ही 'सामूदायिक अव्यक्तिगत प्रार्थना' तेजज्ञान फाउंडेशनचे सर्व सदस्य कित्येक वर्षांपासून सातत्याने करत आहेत. आनंदी लोकदेखील ही प्रार्थना करू शकतात. तसेच आजारी किंवा कोणत्याही समस्येमुळे त्रस्त असणारे लोकही ही प्रार्थना ग्रहण करून स्वास्थ्यलाभ घेऊ शकतात.

तुम्ही एखाद्या आजाराने वा समस्येने त्रस्त असाल, तर सकाळी अथवा रात्री ९ वाजून ९ मिनिटांनी ग्रहणशील होऊन शांत बसा. 'स्वास्थ्य आणि शांती यांचा शुभ्र प्रकाश प्रार्थना करणाऱ्या कित्येक लोकांद्वारे पृथ्वीवर येत आहे. त्याचप्रमाणे तो माझ्यावरही कार्य करत आहे. जेणेकरून मी स्वस्थ आणि शांत होत आहे.' असं मनात म्हणा. त्यानंतर काही वेळ याच भावावस्थेत राहून सर्वांना धन्यवाद द्या आणि मगच उठा.

❋ तेजज्ञान इंटरनेट रेडिओ ❋

तेजज्ञान इंटरनेट रेडिओद्वारे २४ तास ३६५ दिवस, सरश्रींच्या प्रवचन आणि भजनांचा लाभ घ्या. त्यासाठी पाहा लिंक -
http://www.tejgyan.org/internetradio.aspx

विविध भारती F.M. वर दर रविवारी
सकाळी १०:०५ ते १०:१५ वा.

नोट : *या कार्यक्रमांच्या वेळेत बदल झाल्यास नोंद ठेवावी.*

www.youtube.com/tejgyan च्या साहाय्यानेदेखील
सरश्रींच्या प्रवचनांचा लाभ घेऊ शकता.
For online shoping visit us - www.tejgyan.org,
www.gethappythoughts.org

आपणास हवी असलेली पुस्तकं घरपोच मिळण्यासाठी मनीऑर्डर पाठवा. ही पुस्तकं आमच्या खर्चाने रजिस्टर्ड पोस्ट, कुरिअर आणि व्ही.पी.पी.द्वारे पाठवली जातील. त्यासाठी खालील पत्त्यावर संपर्क साधावा.

वॉव पब्लिशिंग्ज् प्रा. लि.

*रजिस्टर्ड ऑफिस : E-4, वैभव नगर, तपोवनमंदिराजवळ, पिंपरी, पुणे -४११०१७
* पोस्ट बॉक्स नं. ३६, पिंपरी कॉलनी, पोस्ट ऑफिस, पिंपरी-पुणे - ४११०१७
फोन नं. : 09011013210 / 9623457873
आपण पुस्तकांची ऑर्डर ऑनलाईनही देऊ शकता.
लॉग इन करा - www.gethappythoughts.org
३०० रुपयांहून अधिक किमतीची पुस्तकं मागवल्यास १०% सूट मिळेल आणि डिलिव्हरी फ्री.

तेजज्ञान फाउंडेशनच्या मुख्य शाखा

पुणे : (रजिस्टर्ड ऑफिस)

विक्रांत कॉम्प्लेक्स, तपोवन मंदिराजवळ, पिंपरी,
पुणे : ४११ ०१७. फोन : (०२०) २७४१२५७६, २७४११२४०

मनन आश्रम :

सर्व्हे नं. ४३, सणस नगर, नांदोशी गांव, किरकटवाडी फाटा,
तालुका : हवेली, जि. पुणे: ४११ ०२४.
फोन : ०९९२१००८०६०

e-books

The Source • Complete Meditation • Ultimate Purpose of Success • Enlightenment I Inner Magic • Celebrating Relationships • Essence of Devotion • Master of Siddhartha • Self Encounter and many more.
Also available in Hindi at gethappythoughts.org

Free apps

U R Meditation & Tejgyan Internet Radio on all platforms like Android, iPhone, iPad and Amazon

e-magazines

'Yogya Aarogya' & 'Drushtilakshya'
emagazines available on www.magzter.com

www.ingramcontent.com/pod-product-compliance
Lightning Source LLC
LaVergne TN
LVHW041221080526
838199LV00082B/1344
* 9 7 8 9 3 8 7 6 9 6 5 9 4 *